የትⷓ
መሠረታውያን
መጽሐፍ ቅዱሳዊ፣ ታሪካዊና ምክንዮአዊ ትንታኔ

የትምህርተ ሥላሴ መሠረታውያን

መጽሐፍ ቅዱሳዊ፣ ታሪካዊና ምክንዮአዊ ትንታኔ

ተሻሽሎና ዳብሮ የቀረበ
ሁለተኛ ዕትም
2015 ዓ.ም

ከተስፋዬ ሮበሌ

ተስፋ
TESFA
THE EVANGELICAL SOCIETY FOR APOLOGETICS (TESFA)
ATLANTA GEORGIA
ተስፋ ዐቃብያነ ክርስትና ማኅበር
አትላንታ፣ ጆርጅያ

ተስፋ
TESFA

ርእስ—የትምህርተ ሥላሴ መሠረታውያን
መጽሐፍ ቅዱሳዊ፣ ታሪካዊና ምክንዮአዊ ትንታኔ
ጸሓፊ— ተስፋዬ ሮበሌ
አሳታሚ— ተስፋ ዐቃብያነ ክርስትና ማኅበር

መብቱ በሕግ የተጠበቀ ነው 2015 ዓ.ም
ያለ አሳታሚው ፈቃድ አባዝቶ ማሳተምም ሆነ የተወሰነን ክፍል በተለያዩ መንገዶች ማራባት/ማባዛት በጥብቅ የተከለከለ ነው:: በማንኛውም መልኩ መረጃ ለመውሰድ ከተፈለገ፣ በትክክል ሥርዐቱን ጠብቆ ሊጠቀስ፣ በግርጌ ማስታወሻ ሊመላከት ይገባዋል::

ልዩ መግለጫ ካልቀረበ በስተቀር፣ የተከተልነው የጐርጐሮሳውያኑን የዘመን አቈጣጠር ነው::
የመጽሐፍ ቅዱስ ጥቅሶች የተወሰዱት የኢትዮጵያ የመጽሐፍ ቅዱስ ማኅበር በኢትዮጵያን ዘመን አቈጣጠር በ1954 ዓ.ም ካሳተመው ቀዳማዊ ኀይለ ሥላሴ ትርጒም እንዲሁም የኢንተርናሽናል የመጽሐፍ ቅዱስ ማኅበር በ1993 ዓ.ም ካሳተመው የአዲሱ መደበኛ ትርጒም ነው::
ሐዋርያዊ አባቶች፣ ቀደምት እንዲሁም ደኃርት የቤተ ክርስቲያን አባቶችን ስም በተመለከተ፣ በአማርኛ የተጻፉ ጥንታዊ ጽሑፎችን ስያሜ ተከትለናል::
ጥያቄ፣ አስተያየትም ሆነ ሒስ ካልዎ ለጸሓፊው በሚከተለው አድራሻ ይጻፉ:—

ተስፋ ዐቃብያነ ክርስትና ማኅበር
የመልእክት ሣጥን ቍጥር 23045፤
ኮድ 1000
አዲስ አበባ፤ ኢትዮጵያ

The Evangelical Society For Apologetics
271 Village Drive,
Loganville, GA. 30052
USA

ተስፋ
TESFA

Title—The Trinity: Biblical, Historical and Logical Basis
Publisher—The Evangelical Society For Apologetics

Comments, questions, and criticisms of this book are welcome. Please address all correspondence to the author at the following address:

The Evangelical Society For Apologetics
271 Village Drive,
Loganville, GA. 30052
The United States of America

ISBN: 978-1-4951-6107-0

የመጽሐፉ መታሰቢያነት

በኢትዮጵያውያን የዘመን አቈጣጠር፣ ወርኀ ሚያዝያ 2007 ዓ.ም፣ ክርስትናን አንክድም በማለታቸው ምክንያት "የመስቀሉ ተከታዮች" በሚል በጽንፈኛው እስላማዊው ድርጅት ፍጹም ጭካኔ በሞላበት ሁኔታ በሊቢያ አገር ለተገደሉት 30 ኢትዮጵያውያንና ኤርትራውያን ሰማዕታት።

"ከየአቅጣጫው ብንገፋም አንንኰታኰትም፤ ግራ ብንጋባም ተስፋ አንቈርጥም፤ ብንሰደድም ተጥለን አንቀርም፤ መትተው ቢጥሉንም አንጠፋም። የኢየሱስን ሞት ዘወትር በሰውነታችን ተሸክመን እንዞራለን። የኢየሱስ ሕይወት ሟች በሆነው ሥጋችን እንዲገለጥ፣ እኛ ሕያዋን የሆንን ሁል ጊዜ ስለ ኢየሱስ ለሞት ዐልፈን እንሰጣለንና። እንግዲህ ሞት በእኛ ይሠራል፤ ሕይወት ግን በእናንተ።"

(2ቆሮንቶስ 4÷8-12)

"የሰማዕታት ደም የቤተ ክርስቲያን ዘር ነው"

ጠርጡልያኖስ ዐቃቤ እምነት

"THE BLOOD OF THE MARTYRS IS THE SEED OF THE CHURCH"

(*APOLOGETICUS*, CHAPTER 50).

TERTULLIAN (THE 2ND-CENTURY CHURCH FATHER)

ምስጋና

ይህ መጽሐፍ ታትሞ በአንባቢ እጅ እንዲገባ፣ በርካታ ሰዎች ትልቅ ዕገዛ አድርገዋል:: የኅትመቱን ወጪ ሙሉ ለሙሉ የሸፈነው የኦክላንዱ ባልንጀራዬ፣ ወንድም በርሄ ትርፉ ነው:: በዚህ ሂደት ውስጥ የባለቤቱ የጽጌ ማርያም ታደሰ (ሚሚሾ) ርዳታ ቀዳሚ ነው:: የሥራው ባለቤት እግዚአብሔር፣ ቅንነታችሁንና መስጠታችሁን አትረፍርፎ ይካስ፣ "ቅዱሳንን በመርዳት ስለ ስሙ ያሳያችሁትን ፍቅር አይረሳምና" (ዕብራውያን 6÷10):: ቀሪው ብዬ እንድጽፍ የገንዘብ ርዳታ ካደረጉልኝ ሰዎች መኻል፣ የአላንታ ሕይወት ቤተ ክርስቲያን ወገኖች ይገኙበታል፤ አመሰግናለሁ::

የኦክላንዷ የአቤኔዘር ቤተ ክርስቲያን ወንድሞችና እኅቶች፣ ለእኔም ሆነ ለወንድም ምኒልክ አስፋው እያሳዩ ያሉት ፍቅርና ማበረታታት፣ "ጌታ ሰጥቶናል" ለምንለው አገልግሎት ታማኝ ሆነን እንድንቈም፣ ትልቅ ብርታት እየሆነን ነው፤ ተባረኩልን:: የመጽሐፉን የሽፋን ሥዕል በጥሩ መንገድ ላዘጋጀው ወንድም ኢታና ጨመዳ፣ አዲሱን ትዳርህን ጌታ ይባርክ ማለት እወዳለሁ::

ጋሼ ደጃቸው መኖር በእኔ ላይ ያለው ትምክህትም ሆነ ለሥራዎቼ ያለው አክብሮት እጅግ ትልቅ ነው (ምናልባትም በብዙ መልኩ፣ ከችሎታዬ በላይ ሳይሆን አይቀርም)፤ የሆነው ሆኖ፣ ለሚያሳየኝ ፍቅር እንዲሁም የሞራልና የጸሎት ድጋፍ ጌታ ዘመንህን ይባርክ ማለቱ፣ አግባብ ሆኖ አግኝቼዋለሁ::

"ከዘመነ አይ.ቤ.ኤስ. (IBS)" ጀምሮ፣ በጋሼ ሰሎሞን ከበደ ሕይወት የምናየው መስጠት እንዲሁም "ያን ጉዳና

እንከተላለን” በሚል ለምንውተረተረው ሁሉ፣ በብዙ መልኩ አብነት ነው፤ ጋሽ ሰሎሞን እናመሰግናለን።

ዘወትር ዐርብ ሳያሰልሱ በጸሎት ለሚገናኙት፣ እኔም አብሪያቸው ታድሜ ጸሎት እንዳደርስ የተቀበሉኝ የአትላንታ ወዳጆቼ፣ የመጽሐፉን ሥራ በጌታ ፊት በማቅረብ የወንጌል ባላደራነታቸውን አሳይተዋል፤ ጌታ ይባርካችሁ።

ረቂቁን በማንበብ የሐሰብ ፍሰቱ ሳይደነቃቀፍ ኵልል ብሎ እንዲፈስ፣ የሙግቱ ወጥነት ስሙር ሆኖ እንዲዘልቅ፣ ርእሰ ጕዳዩ በሆህያት ግድፈትና ስሕተት እንዳይጨቀይ፣ የሥነ ጽሑፍ ለዛው እንዳይገረጣ፣ በተለይ ደግሞ ነገረ መለኮቱ እንዳይዛነፍ ዘብ የቆሙትን ወዳጆቼን አመሰግናለሁ (ይህ እንዳለ ሆኖ በመጽሐፉ ውስጥ ስሕተት ቢገኝ የስሕተቱ ሙሉ ተወቃሽ እኔው ጸሓፊው እንጂ፣ በምንም መልኩ እነዚህ ሰዎች አይደሉም፤ አስተያየታቸውን ሁሉ አላካተትሁምና)——መጋቢ መስፍን ታደሰ፣ እኅት ጸባኦት ሰሎሞን እንዲሁም መጋቢ ጽና ይልማ። ለሁሉም ዕድሜና ጤና ይስጥልኝ።

አ አብ በእንተ ኢየሱስ ርድአነ፣ አ ወልድ ዋሕድ ኢየሱስ ክርስቶስ ማኅረነ፣ አ ጵራቅሊጦስ መንፈሰ ጽድቅ ስረይልነ ኀጣዊነ፤ አሜን።

ተስፋዬ ሮበሌ
ወርኀ ኅዳር 2015 ዓ.ም
አትላንታ፣ ጆርጂያ

ማውጫ

መግቢያ

መግቢያ

የርእሰ ጉዳዩ
አንገብጋቢነት

መግቢያ

የችግሩ አሳሳቢነት

ትምህርተ ሥላሴ ዐበይት ከሚባሉት ክርስቲያናዊ ትምህርቶች መኻል ቀዳሚውን ቦታ ይይዛል:: አንድ ኢትዮጵያዊ ሊቅ አስተምህሮውን፣ "በግን ከፍየል ሚለይ እረኛ፣ ርቱዕን ከኑፋቄ ሚያፋታ የመኻል ዳኛ"፣ "አራጥቃን[1] መመርመሪያ አሲድ" ሲሉ ገልጸውታል—ይህ የትምህርቱን ወሳኝነት፣ በአንጻሩ ደግሞ የአስተምህሮውን አወዛጋቢነት የሚያጣቅስ ዘይቤያዊ ገለጻ ነው:: ርግጥ ነው ትምህርተ ሥላሴ እጅግ ወሳኝ የመሆኑን ያህል፣ እጅግ አከራካሪ አስተምህሮም ነው:: ባለፉት ሁለት ሺህ ዓመታት፣ በቤተ ክርስቲያን ታሪክ የታየውም ሐቅ ይኸው ነው:: ለምሳሌ በ325 ዓ.ም በኒቅያ፣ በ381 ዓ.ም በቁስጥንጥንያ፣ በ431 ዓ.ም በኤፌሶን፣ በ451 ዓ.ም በኬልቄዶን የተካሄዱት የአብያተ ክርስቲያናት ጉባኤዎች፣ በቀጥታም ሆነ በተዘዋዋሪ፣ በዚሁ አስተምህሮ ላይ የሚያጠነጥኑ ነበሩ:: አስደሳቹ ዜና ግን፣ እነዚህ ጉባኤዎች ኑፋቄን አውግዘው፣ ሃይማኖትን አጽንተው፣ ዛሬም ልናጣቅሰው የሚገባ ሰፊ ምዕላድ ትተውልን አልፈዋል[2]:: በእነዚህ ጉባኤዎች ውግዘት የደረሰባቸው አርዮስና ሰባልዮስ እንዲሁም የእነርሱ መንፈሳውያን ልጆች፣ ለተወሰነ ጊዜ አስተምህሯቸውን ከትቢያ ለማንሣት ደፋ ቀና ይበሉ እንጂ፣ እስከ ዐሥራ ዘጠነኛው መቶ ክፍለ ዘመን ድረስ፣ እነዚህን የተሳሳቱ ትምህርቶች ያስተማረ እንዲሁም በርእሰ ጕዳዩ ላይ የተለየ ትንታኔ

---

[1] "አራጥቃ" ማለት ኑፋቄ ማለት ነው:: "ኑፋቄ" ማለት ደግሞ፣ ክርስቲያን ነን እያሉ ነገር ግን፣ መሠረታውያን ከሚባሉት ትምህርቶች መኻል ቢያንስ አንዱን አስተምህሮ የማይቀበሉ በሌላ አገላለጽ፣ መንፈቁን (ግማሹን) አምነው መንፈቁን (ግማሹን) የካዱትን ከሃዲዎች መናፍቃን እንላቸዋለን:: ለምሳሌ "የይሖዋ ምስክሮች"፣ "የሐዋርያት ቤተ ክርስቲያን"፣ ሞርሞናች በዚህ ምደባ ውስጥ የሚካተቱ ናቸው::

[2] "ውጉዝ ከመአርዮስ ወውጉዝ ከመሰባልዮስ" የሚለውን አባባል ይስታውሷል::

ያቀረበ ግለሰብም ሆነ ንቅናቄ በቤተ ክርስቲያን ታሪክ አልታየም[3]:: በትምህርተ ሥላሴ ላይ የተሳሳቱና የተውገረገሩ ትምህርቶች መታየት የጀመሩት፣ በዐሥራ ዘጠነኛው መቶ ክፍለ ዘመን ላይ ነው:: በአጠቃላይ ትምህርተ ሥላሴ የካቶሊካውያን፣ የኦርቶዶክሳውያን፣ የወንጌላውያን አብያተ ክርስቲያናት እንዲሁም የአብዛኞቹ ክርስቲያናውያን ድርጅቶች መሠረተ እምነት ነው::

አስተምህሮውን በተመለከተ የሚታዩት ውዥንብሮች ዋነኛ ምክንያታቸው፣ ሰዎች ትምህርቱን በትክክል ያለመረዳታቸው እንደ ሆነ፣ በርእሰ ጒዳዩ ላይ ጥናት ያካሄዱ ምሁራን ይገልጻሉ:: እንደነዚህ ጸሓፍት አስተያየት፣ በአስተምህሮው ላይ ሒስ የሚሰነዝሩ ሰዎች፣ (ቢያንስ አብዛኞቹ) አስተምህሮውን በውል ሳይረዱ፣ በጭፍን ወገናዊነት ለትችት እንደሚክለፈለፉ ይታወቃል:: ሰው በውል ባልተገነዘው ርእሰ ጒዳይ ላይ ሒስ ለመሰንዘር እንዴት ይነሣል? ይህ መቼም ስሕተት መሆን ብቻ ሳይሆን ነውርም ነው (መቼም በባህላችን ነውር የሚባል ነገር አለ እኮ)[4]::

ለምሳሌ “ይሖዋ ምስክሮች”ና “የሐዋርያት ቤተ ክርስቲያን”[5] አማንያን፣ ለአስተምህሮው የሚሰጡት ግላጼ ቤተ ክርስቲያን

---

[3] እውነቱ ይህ ሆኖ ሳለ፣ አንዳንድ አርዮሳዊና ሰባልዮሳዊ ዝመት (አቋም) ያላቸው ጸሓፍያን፣ ታዋቂዎቹ ቅድመ ጉባኤ ኒቂያ አበው በእነርሱ ጐራ እንደ ተሰለፉ ለማሳመን ጥረት ያደርጋሉ:: ከዚህ በተጨማሪም ትምህርተ ሥላሴ በኒቂያ ጉባኤ ህልውናውን እንዳገኘ ለማሳመን ታሪክን አጠናብረው ያቀርባሉ:: ኋላ ታሪክን ጠ ቅሰንና አጣቅሰን ሰፊ አተታ የምናቀርብ ቢሆንም፣ ለጊዜው ግን ይህ አንዳችም የታሪክ ድጋፍ የሌለው፣ ከንቱ ተምኔት መሆኑን መግለጽ እንወዳለን::

[4] በሥነ አመክንዮ (logic) ትምህርት፣ አንድን ሐሳብ በትክክል ሳይረዱ (በማወቅም ሆነ ባለማወቅ) ትችት መሰንዘር አመክንዮአዊ ተፋልሶ ነው፤ ይህ “Straw Man Fallacy” በመባል የሚታወቀው ነው::

[5] ሰባልዮስ አብም፣ ወልድም፣ መንፈስ ቅዱስም አንድ አካል ናቸው ብሎ ያስተማረ ሰው ሲሆን፣ ዛሬ ይህን አስተምህሮ የሚሰብኩ ሰዎች የሰባልዮስ መንፈሳውያን ልጆች ስለሆኑ፣ ሰባልዮሳውያን በመባል ይታወቃሉ:: ዛሬ ይህን ትምህርት በማስተማራቸው በስፋት የሚታወቁት፣ በኢትዮጵያ “የሐዋርያት ቤተ ክርስቲያን” ወይም “ኦንሊ ጂሰስ” በመባል የሚታወቁት ክፍሎች ናቸው:: በተመሳሳይ መንገድ ኢየሱስ ፍጡር ነው፣ ኢየሱስ ከአብ ጋር እኩል ባሕርይ የለውም ብሎ ያስተማረው አርዮስ፣ ከእርሱ በኋላ ይህን ትምህርት ለሚከተሉ ሰዎች ሁሉ የመታወቂያ ስም ነው:: በዛሬ ጊዜ የአርዮስን ትምህርት በማስተማር በስፋት የሚታወቁት “የይሖዋ ምስክሮች” ናቸው::

ለትምህርቱ ከምታቀርበው ትንተና በእጅጉ የተለየ ነው[6]፤ በአንጻሩ ግን እነዚህ የሃይማኖት ድርጅቶች፣ ቤተ ክርስቲያን ትምህርተ ሥላሴን መቀበሏ፣ ሦስት የተለያዩ አማልክትን አጣምራ ማመኗን እንዲሁም ለአምላክ ሽሪክ (ባልንጀራ) ማበጀቷን ያሳያል ማለታቸው ግን፣ ስሕተትም ነውርም ነው:: ይህ መቼም "ፍየል ወዲህ ቅዝምዝም ወዲያ" የሚባለውን አገርኛ ብሂል በትዝብት ይጠቅሳል:: ቤተ ክርስቲያን ትምህርተ ሥላሴን አምናለሁ ስትል፣ "እግዚአብሔር አንድና አንድ ብቻ ነው" የሚለውን መሠረተ እምነቷን ቅንጣት ታህል በጥያቄ ውስጥ ሳታስገባ ነው:: ታዲያ እነዚህ ሐያሲያን፣ አፋቸውን ሞልተው ቤተ ክርስቲያን ሦስት አማልክት ታመልካለች እንዴት ይላሉ? ሰው ያልገባውን ነገር የመጠየቅ ሙሉ መብት አለው፤ ጥያቄ መጠየቅም የጨዋ ግብር ነው[7]:: ነገር ግን ባልገባው ነገር ላይ ግምታዊ ትችት መሰንዘር፣ በተለይ ደግሞ ተሳስቶ ሰዎችን ማሳሳት ትልቅ ጥፋት ነው:: በአማርኛ ጽሑፎች አንድም "ጐበዝ" ትምህርተ ሥላሴ ከሥነ አመክንዮ ሕግጋት ጋር መቃረኑን የሚያሳይ፣ ሥነ አመክንዮአዊ ትንተና አቅርቦ አላነበብንም:: በአንጻሩ ግን፣ "ትምህርተ ሥላሴ ሥነ አመክንዮዊ ተቃርኖ አለበት" የሚለው የብዙ መናፍቃን የዕለት ተዕለት ንግግር እንደ ሆነ ይታወቃል፤ "ጠላት ይቀባል ጥላት" ማለት ይኸው አይደል? ቤተ ክርስቲያን፣ ቅዱሳት መጻሕፍት በአስተምህሮው ላይ የሚያቀርቡትን ትምህርት ከመተንተንም ባለፈ፣ በአስተምህሮው ውስጥ አንዳችም ቅራኔ

---

[6] ለምሳሌ ይሖዋ ምስክሮች፣ "በሥላሴ ማመን ይገባሃልን?" በሚል ርእስ ያዘጋጁት መለስተኛ ጽሑፍ፣ ሥላሴ ማለት እንዲህ ማለት ነው ባሉበት ቦታ ሁሉ ላይ፣ ቤተ ክርስቲያን አስተምህሮውን ከተነተነችበት ሐሳብ ጋር የማይጣጣም እንዲያውም የሚቃረን ግላጼ አቅርበዋል:: በተመሳሳይ መንገድ፣ "የአንሊ ጂሰስ" (ሰባልዮሳውያን) መምህራን የሆኑት፣ ቢሾፕ ደጉ ከበደና ቢሾፕ ተክለ ማርያም ገዛኸኝ፣ በጽሑፎቻቸው ሁሉ ሥላሴን ያብራሩት ትምህርቱን በትክክል በሚወክል መልክ አይደለም::

[7] በጕራጊኛ፣ "ወይ አንኻረ፣ ወይ አንኸረ" የሚባል ብሂል አለ:: "ወይ አላወቀ ወይ አልጠየቀ" ማለት ነው:: ማወቅ ካልሆነም መጠየቅ ያባት ነው:: በውል ባልተረዱት ነገር ላይ አስተያየት መስጠት፣ በተለይ ደግሞ ለትችት መነሣት ስሕተት ነው፤ ነውርም ነው::

ያለመኖሩን፣ ሥነ አመክንዮን ዋቢ በማድረግ ትችቱን በጽናት ተከላክላለች[8]:: ይህም መጽሐፍ የዚሁ ጥረት አንድ አካል ነው::

የዚህ ግራ መጋባት ሰለባዎች፣ የአስተምህሮው ሐያስያን ብቻ ሳይሆኑ ክርስቲያኖችም ጭምር ናቸው:: እንደ ጐርጐሮሳውያኑ የዘመን ቀመር በ2002 ዓ.ም ላይ፣ በእንግሊዝ ቤተ ክርስቲያን[9] አገልጋዮች መካል የተካሄደ አንድ ጥናት፣ ሰዎች በአስተምህሮው ላይ የተዛባ አመለካከት እንዳላቸው ከማሳየቱም ባሻገር፣ የጥናቱ ውጤት ለብዙዎች አስገራሚ አስደንጋጭም ሆኖ ዐልፎአል:: ጥናቱ ደረስሁባቸው ከሚላቸው ስታቲስቲካዊ ግኝቶች መካል አንዱ እንደሚከተለው ይነበባል:—

> ከእንግሊዝ ቤተ ክርስቲያን አገልጋዮች መካል ትምህርተ ሥላሴን በተመለከተ አጥጋቢ ማብራሪያ ማቅረብ የሚችሉት ሰባ ስምንት ከመቶ (78%) የሚሆኑ ወንድ ቀሳውስት፣ ሰባ ከመቶ (70%) የሚሆኑ ሴት መነኮሳት ብቻ ናቸው[10]::

በሌላ አነጋገር ሃያ ሁለት ከመቶ (22%) ወንድ ቀሳውስት፣ ሠላሳ ከመቶ (30%) ሴት መነኮሳት፣ ትምህርተ ሥላሴን በተመለከተ ቅዱሳት መጻሕፍትን ጠቅሰውና አጣቅሰው፣ በአስተምህሮው ላይ "አጥጋቢ"[11] የሚባል ማብራሪያ መስጠት አይችሉም ማለት ነው::

---

8 በመሠረቱ ቤተ ክርስቲያን አስተምህሮው አንዳችም ቅራኔ እንደ ሌለበት፣ ሥነ አመክንዮአዊ ትንታኔ ማቅረብ አይጠበቅባትም ነበር:: ቅኔ አለ ብሎ የተቸው ወገን ነው ለንግግሩ ትክክለኛነት ማስረጃ ማቅረብ የሚኖርበት (በሥነ አመክንዮ "the burden of proof" የሚባለውን ልብ ይሏል):: ትምህርተ ሥላሴ ከሥነ አመክንዮ ሕግጋት ጋር የሚጋጭ ተቃርኖ ነው ከተባለ፣ ያለው ወገን ለዚህ አባባሉ ማስረጃ ማቅረብ እንዲሁም ሒሱ እውነታኛ መሆኑን የመተንተን ሙሉ ኀላፊነት አለበት:: ተቃርኖ አለ ብሎ በየዕለቱ መደጋገም የሥነ ልቡና ርካታ ያመጣ እንደ ሆነ እንጂ፣ ንግግሩን ትክክል አያደርገውም:: እውነቱ ይህ ቢሆንም እንኳ፣ ባለማስተዋል የጠፉትን ሰዎች መመለስ አግባብ ስለሚሆን እንዲሁም ሥላሴውያን ነን እያሉ መሠረት በሌለው አሉባልታ እምነታቸውን ጥያቄ ውስጥ የከተቱ ሰዎችን ለመርዳት፣ እነሆ በዚህ መጽሐፍ ሥነ አመክንዮአዊ ትንታኔ አቅርበናል::

9 Anglican Church or Church of England.

10 *Daily Telegraph,* July 31, 2002; Peter Brierley, *The Mind of Anglicans* (London: Cost of Conscience, 2002).

11 "አጥጋቢ " የሚለው ጉዳይ አንጻራዊ ምልከታ መሆኑ እሙን ነው:: አንድ ሰው አጥጋቢ ነው የሚለው ጉዳይ፣ ለሌላው ሰው አጥጋቢ ላይሆን ይችላል:: ጥናቱ

እንዲያውም አንድ የእንግሊዝ ቤተ ክርስቲያን ቄስ፣ ትምህርተ ሥላሴን፣ “ልንሰብከውም ሆነ ከአደጋ ልንከላከለው ያልቻልነው የክርስትና ቅርስ”[12] ሲሉ፣ በአስተምህሮው ላይ ያላቸውን ግራ መጋባት በምፀት መግለጻቸው ተዘግቧል[13]:: በተመሳሳይ ርእሰ ጉዳይ ላይ የተካሄደ ሌላ ጥናት ደግሞ ትምህርተ ሥላሴ፣ “ለዘመነኛ ሰው እጅግ ግራ የሚያጋባ መሠረተ እምነት”[14] ብሎታል:: ይህ እንግዲህ በቀሳውስቱ፣ በመነኮሳቱ፣ በዲያቆናቱ፣ በመምህራኑ፣ በመጋብያኑና በወንጌላውያኑ በአጠቃላይ በቤተ ክርስቲያን የሙሉ ጊዜ አገልጋዮች መኻል የሚስተዋለው ድንቁርናና ግራ መጋባት ነው[15]::

በእንግሊዝ ቤተ ክርስቲያን አገልጋዮች መኻል የተካሄደው ይህ መሰል ጥናት፣ በኢትዮጵያ ቤተ ክርስቲያን አገልጋዮችና ምዕመናን ላይ ቢካሄድ፣ ከዚህ የከፋ ውጤት እንደሚገኝ፣ ምናልባትም ሙልጫችንን በመውጣት እጃችንን አጨብጭበን እንደምንቀር አያጠራጥርም:: በተለይ ቅዱሳት መጻሕፍትን ማጥናት አሉታዊ በሆነ መልኩ፣ “የአእምሮ ሰው” በሚያሰኝበት፣ በአንጻሩ መኃይምነት እንደ መኳደኛ ወግ በሚታይበት በዚህ ግርንቢጥ ዘመን፣ መሠረታዊ በሆነው በዚህ ክርስቲያናዊ ትምህርት ላይ ያለው

“አጥጋቢ” ሲል ግለሰቦቹ ቅዱሳት መጻሕፍትን፣ የቤተ ክርስቲያን ታሪክንና አመክንዮን በመጥቀስ፣ የሁለተኛ ደረጃ ትምህርት ቤት ተማሪ የሆነን ሰው ሊያረካ በሚችል መልኩ አስተምህሮውን የመተንተን ችግር የገጠማቸውን ሰዎች ነው::

[12] Reverend David A. Keddie, “Sermon for Trinity Sunday,” Expository Times 118, no. 8 (May 2007), 387.

[13] እኚህ ቄስ አስተምህሮውን “ቅርስ” ማለታቸው ምፀታዊ ነው::

[14] ዝኒ ከማሁ::

[15] አንድ ባልንጀራዬ፣ “ዛሬ በየምስባኩ በአማረ ልብስና በተዋበ ከራቫት ተሽላልመው የሚታዩ ‘ቅቡዓን’ አገልጋዮች፣ ከይሖዋ ምስክሮች ወይም ከመሰል መናፍቃዊ መምህራን ጋር ካላወያየናቸው በስተቀር የባዶነታቸውን ልክ በፍጹም ሊረዱት አይችሉም” የሚለው ንግግሩ፣ አስተያየቱን ከሰነዘረበትም ጊዜ ይልቅ፣ ዛሬ እጅግ አድጎና ገዝፎ አሳሳቢ በሚባልበት ደረጃ ላይ ይገኛል::

ግራ መጋባት፣ በየትኛውም መስፈርት ቢለካ፣ ከወለል በታች እንደሚወድቅ አያጠራጥርም[16]::

ይህን ጭብጥ በጉልህ ሊያዋዛ የሚችል፣ አንድ ታሪክ ላካፍላችሁ:: ከዐሥራ አምስት ዓመት በፊት ኢትዮጵያ በሚገኘው "አንሊ ጂሰስ" ወይም "ሐዋርያት ቤተ ክርስቲያን" በመባል በሚታወቀው ሃይማኖታዊ ድርጅት ዙሪያ ጥናት አካሄድ ነበር:: በኢትዮጵያ የእንቅስቃሴው ቀዳማይ መሪ የነበሩት ሰው፣ ሰባ አምስት ከመቶ የሚሆኑት የድርጅቱ አባላት፣ በአንድ ወቅት የወንጌላውያን አብያተ ክርስቲያናት አባል እንደ ነበሩ፣ ለተደረገላቸው ቃለ መጠይቅ ምላሽ ሰጥተዋል:: በዚያን ወቅት ድርጅቱ 1.6 ሚሊየን አባል አለኝ ከሚለው ንግግሩ አንጻር ይህን ስሌት ስናቀናንስ፣ 1.2 ሚሊዮን ሰዎች የወንጌላውያን አብያተ ክርስቲያናትን በመልቀቅ ይህን ሃይማኖታዊ ድርጅት ተቀላቅለዋል ማለት ነው[17]:: ይህ ማለት ድርጅቱ በየዓመቱ ከወንጌላውያን አብያተ ክርስቲያናት እያፈሰ በመውሰድ የሚያጠምቃቸው ሰዎች ሠላሳ አምስት ሺህ (35,000) ያህል ናቸው—ይህ በየዓመቱ የሚደጋገም ክሥረት እንደ ሆነ ልብ ይሏል:: ይህንንም ላለፉት 46 ዓመታት በተደጋጋሚ እውን ማድረጉ፣ በእነዚህ ዘመናት ሁሉ የወንጌላውያን አብያተ ክርስቲያናት መሠረታዊ ትምህርቶችን በስፋትና በጥልቀት የመስጠት ኀላፊነታቸውን ችላ በማለት መቀጠ ላቸውን የሚያጋልጥ ነው[18]::

---

[16] አንዳንድ አንባብያን ይህ ሚዛኑን የሳተ አስተያየት ነው ሊሉ ይችሉ ይሆናል:: ነገር ግን በዐቅብተ እምነት ላይ ለረጅም ጊዜ ያካሄድሁት ጥናት ወደዚህ ድምዳሜ ላይ አድርሶኛል:: በቀጣዩ አንቀጽ ላይ ያቀረብኋቸውን ጥናቶች በመመልከት የራስዎትን ብያኔ ሊሰጡ ይችላሉ::

[17] ግለሰቡ የሰጡት ስታቲስቲካዊ ዘገባ ትክክል ነው የሚለውን ታሳቢ ብናደርግ ማለቴ እንጂ፣ ግለሰቡ ይህን ያሉት "ብዙ አባል አለን" ለማለት ታስቦ ሊሆን ይችላል::

[18] ለአርባ ስድስት ዓመት ያልንበት ምክንያት፣ ይህ መናፍቃዊ ድርጅት በኢትዮጵያ ውስጥ የተመሠረተው በኢትዮጵያውያኑ የዘመን አቈጣጠር በ1961 ዓ.ም ስለሆነ ነው:: ለአርባ ስድስት ዓመታት ድርጅቱ በተከታታይ በየዓመቱ 35,000 ሰዎችን አጥምቋል ስንል፣ በየዓመቱ የሚፈልሰው ሕዝብ እኩል መጠን አለው እንዲሁም ከቃለ መጠይቁ በኋላ ሰዎች በዚሁ መጠን ድርጅቱን እየተቀላቀሉ

እነዚህ ሰዎች ወደ እነዚህ የሃይማኖት ድርጅቶች በዚህ መጠን የሚፈልሱት፣ በተለያየ ምክንያት እንደ ሆነ የሚያከራክር ጉዳይ አይደለም:: ሆኖም ግን፣ "የሐዋርያት ቤተ ክርስቲያን"ና "የይሖዋ ምስክሮች" ተወዳጅና ጊዜ አይለውጤ የስብከት ፋሽን ትምህርተ ሥላሴን ማበሻቀጥ ነው[19]:: በአንጻሩ የክርስቲያኑ ማኅበረሰብ መሠረታዊ የዕውቀት ችግር በዚህ አስተምህሮ ላይ የሚያጠነጥን መሆኑ፣ ለፍልሰቱ ቀዳማይ ምክንያት፣ በትምህርተ ሥላሴ ላይ ያለ መደናገር ነው ማለት ይቻላል::

ነው የሚለውን ታሳቢ ባደረገ መልኩ የደረስንበት ስሌት ነው:: በመሠረቱ በኢትዮጵያ ውስጥ የሚገኘውን ይህን ሃይማኖታዊ ድርጅት የመሠረቱት ሰው ራሳቸው፣ በአንዲት በራሪ ጽሑፍ የቀድሞ መሠረተ እምነታቸውን ዕርግፍ አድርገው በመተው፣ ወደ እንቅስቃሴው መግባታቸውን ራሳቸው በጻፉት ጽሑፍ ነግረውናል:: "በአንድ ወቅት በወንጌላውያን አብያተ ክርስቲያናት ውስጥ የሙሉ ጊዜ ስመ ጥር ሰባኪና ጸሓፊ የነበረ ሰው፣ በአንዲት በራሪ ወረቀት አስተምህሮውን በዚህ መጠን ሊቀይር እንዴት ይችላል?" የሚል ጥያቄ ቢጠየቅ መልሱ፣ "ብፍታ (ቢጨብጡት አረፋ) እንጂ፣ እውነተኛ ዕድገት የለማ" የሚለው ተገቢ መልስ ነው:: በዚህ ድርጅት አስተምህሮ ላይ ሰፊ ማብራሪያ ከፈለጉ፣ የዚህ መጽሐፍ ጸሓፊ፣ "ሰባልዮሳውያን የሐዋርያት ቤተ ክርስቲያን አስተምህሮ በቃለ እግዚአብሔር ሲመዘን" በሚል ርእስ ያዘጋጀውን መጽሐፍ ይመለከቷል::

19 ሁለቱም ድርጅቶች "ትምህርተ ሥላሴ ከአረማውያን የመድበለ አማልክት አስተሳሰብ የተቀዳ አረማዊ ትምህርት ነው" የሚል አቋም አላቸው::

ዋልተር ማርቲን የተባለው አሜሪካዊ ዐቃቤ እምነት ከረጅም ዓመት በፊት በጻፈው መጽሐፍ ላይ፣ ሰባ አምስት ከመቶ (75%) የሚሆኑ የይሖዋ ምስክሮች፣ በአንድ ወቅት የወንጌላውያን አብያተ ክርስቲያናት አባል እንደ ነበሩ ገልጾአል Walter Martin. *The Kingdom of Cults* (Minneapolis, MN.: Bethany House Publishers, 1965):: የሚያስገርመው በኢትዮጵያ የሚገኘው የሐዋርያት ቤተ ክርስቲያን መሥራች እንዲሁም መቀመጫውን በአሜሪካን አገር ያደረገው የይሖዋ ምስክሮች ድርጅት ቁርቋሪ በአንድ ወቅት የወንጌላውያን አብያተ ክርስቲያን ውስጥ በሚገኙ ቤተ አብያተ ክርስቲያናት አባል የነበሩ ሰዎች የመሆናቸው ሐቅ፣ ቤተ ክርስቲያን ኀላፊነቷን በትክክል እንዳልተወጣች የሚያሳይ ነው:: ቤተ ክርስቲያን እነዚህን ሰዎች ለስብከት ከማቈሟ በፊት በአግባቡ ብታስተምራቸው ኖሮ፣ ራሳቸውም ስተው ሰዎችንም በቀላሉ ማሳት ባልቻሉ ነበር:: በዚህ አንጻር ሲታይ ቤተ ክርስቲያን ለእነዚህ መናፍቃን መቀፍቀፍ፣ ቢያንስ ይህን ያህል ከፍተኛ ውድመት የማድረሳቸው ቀዳማይ ተወቃሽ ነች ማለት የሚቻል ይመስለኛል::

ይህ መቼም ልብ የሚሰብር ጉዳይ ነው:: በተለይ በኢትዮጵያ ቤተ ክርስቲያን ከመቼውም የታሪክ ዘመን ይልቅ ስመ ጥር ከሚባሉ የነገረ መለኮት ተቋማት የተመረቁ በርካታ የቤተ ክርስቲያን ልጆች ባሉበት በዚህ ወቅት፣ ይህን መሰል የትምህርት ኪሳራ መድረሱ፣ እጅግ ሲበዛ ያሳዝናል፤ ያስቈጫልም:: በአንጻሩ ከመቼውም የታሪክ ጊዜ ይልቅ እኛ አሁን በምንነጋገርበት ርእሰ ጉዳይ ላይ እንኳ፣ እጅግ በርካታ መጻሕፍት ተጽፈዋል:: ብዛታቸው ብቻ ሳይሆን፣ አእምሮአዊ ጥልቀታቸውና የትንታኔ ምጥቀታቸው አጀብ፣ እጹብ ድንቅ የሚያሳኝ ነው[20]::

ተቃርኖው እጅግ የሚያስደንቅ ነው:: ነገር ግን የኢትዮጵያ ቤተ ክርስቲያን በትምህርት ረገድ የወደቀችው ውድቀት እንዲህ በቀላሉ ተነግሮ፣ ተዘክሮ የሚያልቅ አይደለም:: ይህ ደግሞ የአንዲት ቤተ ክርስቲያን ብቻ ሳይሆን፣ ክርስቲያኑ ማኅበረሰብ እንዲያው በአንድ ላይ ተኾረብርቦ የወደቀበት አስተምህሮአዊ ኪሳራ ነው:: እኔ ክርስቶስ ኢየሱስን የግል አዳኜና ጌታዬ አድርጌ በተቀበልሁባቸው በእነዚያ ዘመናት ብሉያትን፣ ሐዲሳትን፣ ደርዛዊ ነገረ መለኮትን፣ የቤተ ክርስቲያን ታሪክን ወዘተ በጐልማሶች የሰንበት ትምህርት ክፍለ ጊዜ፣ በዐውደ ጥናቶች፣ በወጣቶችና በሰንበት አምልኮ ላይ

---

[20] ለምሳሌ የሚከተሉት መጻሕፍት ኦክስፎርድ ዩኒቨርስቲ ፕሬስ በቅርቡ ለንባብ ያበቃቸው እንዲሁም ጥሩ ትንተና ያቀረቡ መጻሕፍት ናቸው:— Thomas McCall and Michael Rea. *Philosophical and Theological Essays on the Trinity* (2010). Michael C. Rea (ed.) *Oxford Readings in Philosophical Theology: Volume 1: Trinity, Incarnation, and Atonement.* (2009). Stephen T. Davis, Daniel Kendall, Gerald O'Collins (eds.) *The Trinity: An Interdisciplinary Symposium on the Trinity Paperback*. (2002). Gilles Emery O.P and Matthew Levering (eds). *The Oxford Handbook of the Trinity (Oxford Handbooks in Religion and Theology).* (20014). Christopher A. Beeley. *Gregory of Nazianzus on the Trinity and the Knowledge of God: In Your Light We Shall See Light (Oxford Studies in Historical Theology).* (2013). A. D. Nuttall. *The Alternative Trinity: Gnostic Heresy in Marlowe, Milton, and Blake Paperback.* (2007). Adam Ployd, *Augustine, the Trinity, and the Church: A reading of the Anti-Donatist Sermons) Oxford Studies in Historical Theology* (2015). Matthew W. Bates. *The Birth of the Trinity: Jesus, God, and Spirit in New Testament and Early Christian Interpretations of the Old Testament* (2015).

ማስተማር የቤተ ክርስቲያን የዕለት ተዕለት ተግባር ነበር። ይህ እኔ ባደግሁባት ቤተ ክርስቲያን ብቻ የነበረ ልዩ አካሄድ ሳይሆን፣ በአካባቢዬ በሚገኙ ሌሎች አብያተ ክርስቲያናትም ዘንድ የቆየ ልማድ ነበር—ቢያንስ በተወሰነ መጠን[21]። አንጻራዊ በሆነ መልኩ ያ ዘመን የክርስቲያኑ ማኅበረሰብ ሕይወት፣ ቅዱስ ቃሉን የሚመስልበት፣ ቅዱስ ቃሉን የሚሸትበት ነበር ቢባል፣ እብለትም ሆነ ግነት ያለበት አይመስለኝም።

ዛሬ ግን ሆታና ጭፈራ የደራበት፣ በአንጻሩ ግን ነፍስያ በመንፈሳዊ ጥማት የተቃጠለችበት፣ ሰዎች ለቅዱስ ቃሉም ሆነ ለክርስቲያናዊው ሥነ ምግባር ባይተዋር የሆኑበት፣ ተግሣጽ ቤተ ክርስቲያን የፈረሰበት፣ ደቀ መዝሙርነት የተዘነጋበት በአጠቃላይ ሥርና ጫፉ በውል በማይታወቅበት የታሪክ ወቅት ላይ የደረስን ይመስላል[22]። ለሃያ ዓመት በቤተ ክርስቲያን ኖረው አንዳችም የቤተ ክርስቲያን ታሪክ የማያውቁ፣ መሠረታዊ ለሚባሉት ክርስቲያናዊ ትምህርቶች እጅግ ባይተዋር የሆኑ፣ በስመ መንፈሳዊነት ማንም ያሸው ቦታ አንከላውሶ የሚወስዳቸው ሰዎችን ማየት የተለመደ ነው[23]—የሥነ ምግባሩ ነገር ለወሬ ሳይነሣ ማለቴ ነው[24]።

---

[21] በወቅቱ ይሰጡ ከነበሩ ትምህርቶች መካከል፣ ትመማ (ትምህርተ መለኮትን ማስፋፋት) እና ማስተር ላይፍ ዋነኞቹ ተጠቃሾች ናቸው። ትመማ ነገረ መለኮትን ለማጥናት ማስተር ላይፍ ደግሞ የደቀ መዛሙርትነት ሕይወትን ለማበረታታት ዐይነተኛ ድርሻ ነበራቸው።

[22] አንዳንዶች በዚህ ገለጻ እንደማይስማሙ እረዳለሁ። አንዳንድ ሰዎች ደግሞ ተለጥጧል እንደሚሉ እገነዘባለሁ፤ ሰዎች የእኔን ገለጻ ያለመቀበል ሙሉ መብት እንዳላቸው ሁሉ እኔም የዚያ ዐይነቱ መብት እንዳለኝ የሚያግባባ ይመስለኛል። እኔ የዘመኗን ቤተ ክርስቲያን የምረዳት በዚህ መልኩ ነው። ይህ ሲባል ግን፣ ነገ የመለወጥም ሆነ የመታደስ ዕድል የለም እያልሁ እንዳልሆነ ልብ ይሏል።

[23] ይህ ሲባል ግን በዚያም ዘመን ቢሆን፣ ጥልቅ የሆኑ ነገረ መለኮታዊ፣ ፍልስፍናዊና ማኅበራዊ ውይይቶች በስፋትና በጥራት ይካሄዱ ነበር ማለቴ አይደለም። ዐቅም በፈቀደ መጠን ግን ይህን ትክክልኛ አካሄድ ለመከተል ቊርጠኝነቱም ሆነ ሙከራው የነበረ ይመስለኛል።

[24] በዛሬ ዘመን በቤተ ክርስቲያን ውስጥ ከሚታዩት ኢመጽሐፍ ቅዱሳዊ ከሆኑ እንግዳ ልምምዶች ባሻገር ብዙ ሰዎች ለክቡር ቃሉ ባይተዋር መሆናቸው፣ "በርግጥ እኔ ከእነዚህ ሰዎች ጋር አንድ ዐይነት እምነት እጋራለሁን? እነዚህ ሰዎች ክርስቲያን በሚባሉበት ትርጓሜ እኔ ክርስቲያን ነኝን?" የሚለውን ጥያቄ ደጋግመን እንድንጠይቅ የሚያደርገን ዘመን ላይ ነው ያለነው።

በርግጥ ክርስቶስ ኢየሱስ የሕይወቴ አልፋና ዖሜጋ ነው የሚሉ ቅዱሳን ሁሉ፣ በያሉበት ቦታ ለትምህርት በአንድ ልብ በቊርጠኝነት ሆ ብለው መነሣት ያስፈልጋቸዋል፡፡ ምክንያቱም ቤተ ክርስቲያንን ላስነወረ ለዚህ የዕውቀት ኪሳራ ብቸኛውና ትክክለኛው አጸፋ፣ ርቱዕ ትምህርት እንዲሁም ሠናይ ክርስቲያናዊ ምግባር ብቻ ነው፡፡ ወገኖቼ በትክክለኝነቱም ሆነ በውጤታማነቱ ይህን የሚተካ ሌላ አንዳችም አማራጭ የለም፡፡ አብያተ ክርስቲያናት በጐልማሶች የሰንበት ትምህርት ቤቶች፣ በቤት ለቤት የመጽሐፍ ቅዱስ ጥናቶች፣ በሰንበት አምልኮ ፕሮግራሞች ወዘተ ላይ የበሰሉ ትምህቶችን፣ የመድረክ ውይይቶችን፣ ዐውደ ጥናቶችን፣ ትምህርታዊ ክርክሮችንና ሙግቶችን በማካሄድ ክርስቲያኑ ማኅበረሰብ መሠረተ እምነቱን እንዲሁም ቅዱሳት መጻሕፍትን ጠንቅቆ እንዲያውቅ ዕገዛ የማድረግ አምላካዊ ኀላፊነትና ዐደራ አለባቸው፡፡ መሠረተ እምነቷን ከመተንተንም ባለፈ ቤተ ክርስቲያን በፖለቲካው፣ በምጣኔ ሃብቱ፣ በፍልስፍናው፣ በማኅበራዊ ሳይንሱ ወዘተ ላይ ጥም የሚቈርጥ፣ ኾድ የሚሞላ ትምህርት የሚቀዳባት የዕርቀ ሰላም ምንጭ ልትሆን ይገባል—በመሠረቱ ቀዳማይ ተልእኮዋም ይኸው ነው፡፡ ጌታችን መድኀኒታችን ኢየሱስ ክርስቶስ፣ "እናንተ የዓለም ብርሃን ናችሁ፤ እናንተ የዓለም ጨው ናችሁ" የሚለው አነጋገሩ፣ ከዚህ ሌላ ምን ትርጕም ሊኖረው ይችላል?

ይህ መጽሐፍ ክርስቲያኖች ትምህርተ ሥላሴን በተመለከተ ሊያውቁት የሚገባቸውን መሠረታዊ ዕውቀት መጽሐፍ ቅዱስን፣ ታሪክንና ሥነ አመክንዮን በተከተለ መልኩ ይተነትናል፡፡ መጽሐፉ በአሰሳ መልክ የተዘጋጀ ስለሆነ፣ ለአንዳንድ መጽሐፍ ቅዱሳዊ ምንባባት እንዲሁም ታሪካዊና ምክንዮአዊ ፅንሰ ሐሳቦች ሰፊ ማብራሪያ አልቀረበም፡፡ ሰፊ ማብራሪያ የሚፈልጉ ሰዎች በዋቢ መጻሕፍት ዝርዝር ወስጥ የሰፈሩትን መጻሕፍት ያንብቡ፡፡

መጽሐፉ በቤት ለቤት የመጽሐፍ ቅዱስ ጥናት ያገለግል ዘንድ፣ "ትምህርተ ሥላሴና ቅዱሳት መጻሕፍት" በሚለው ምዕራፍ መጨረሻ ላይ የውይይት ጥያቄዎች ተካተዋል፡፡ ከዚህ በተጨማሪ የቡድኑ አባላት ያወያያሉ በሚሏቸው ነጥቦች ላይ ተጨማሪ የውይይት ጥያቄዎች ይዘው በመቅረብ፣ የዳበረ እንዲሁም ውጤታማ ውይይት ሊያካሂዱ ይችላሉ፡፡ መልካም ጥናት ይሁንልዎ!

ክፍል

፩

ትምህርተ ሥላሴና ቅዱሳት መጻሕፍት

የትምህርተ ሥላሴ መጽሐፍ ቅዱሳዊ መሠረት

የትምህርተ ሥላሴ መሠረታውያን

በዚህ ክፍል በስፋት የምንመለከተው ብሉያትና ሐዲሳት ስለ ትምህርተ ሥላሴ የሚሰጡትን ትምህርት ነው። አስተምህሮተ ሥላሴ በሚከተሉት አምስት ዐበይት ነጥቦች ላይ የተመሠረተ ነው። እነዚህ አምስት ነጥቦች የአስተምህሮው ዋልታና ማገር ናቸው። ይህም ሥላሴያውያን የሆኑ የዓለም አብያተ ክርስቲያናት አስተምህሮአዊ አቋም ነው[25]።

አንድ ግለሰብ በትምህርተ ሥላሴ ያምናል የሚባለው ወይም አንዲት ቤተ ክርስቲያን ሥላሴያዊት ነች ልትባል የምትችለው፣ ከዚህ በመቀጠል የምናያቸውን አምስት መሠረታውያን አስተምህሮዎች ያላንዳች ማቅማማት ከሙሉ ልብ መቀበል ሲቻል ብቻ ነው። በአንጻሩ አንድ ሰው ወይም የሃይማኖት ድርጅት ትምህርተ ሥላሴን አይቀበልም የሚባለው፣ ከእነዚህ አምስት ነጥቦች ውስጥ ቢያንስ አንዱን ነጥብ የማያምን (የሚክድ) ከሆነ ነው።

በሌላ መልኩ አንድ ሰው በአስተምህሮ ሥላሴ ላይ ውል ያለው ውይይት የማካሄድ ቊርጠኛ አቋም ካለው፣ (1) ከእነዚህ መሠረተ ነጥቦች ውስጥ ያልተቀበለውን ነጥብ በግልጽ በማመልከት፣ ለአቋሙ የቅዱሳት መጻሕፍት እማኝነት በማቅረብ አቋሙን በማያሻማ መልኩ ማጽደቅ ሲችል እንዲሁም፣ (2) በተመሳሳይ መንገድ ቤተ ክርስቲያን በእነዚህ አንቀጸ ሃይማኖቶች ላይ የምታቀርበውን የመጽሐፍ ቅዱስ ማስረጃዎች፣ ትምህርተ ሥላሴን ለማመን አጥጋቢ አለመሆናቸውን የማሳየትና የቤተ ክርስቲያንን

---

[25] በአንዳንድ ጥቃቅንና ዝርዝር ጒዳዮች ላይ የተለያየ አቋም ቢኖራቸውም።

አቋም የማስተባበል ዐቅም ሲኖረው ነው። ይህ የሁለት ወገን መርሖ ሥላሴን አንቀበልም ለሚሉ ግለሰቦችና የሃይማኖት ድርጅቶች ብቻ ሳይሆን፣ ትምህርተ ሥላሴን እናምናለን ለምንለውም የማይገሠሥ የማይነቀስ የአካሄድ መርሖ ሊሆን ይገባዋል።

ይህም መጽሐፍ የተደራጀው በዚህ በሁለት-እዮሽ የአካሄድ መርሖ አንጻር ነው። ትምህርተ ሥላሴ የብሉይና የሐዲስ ኪዳን ቅዱሳት መጻሕፍትን ማዕከል ያደረገ አስተምህሮ ለመሆኑ፣ እነዚህኑ አፊዎተ ቃል ያለባቸውን መጻሕፍት በእማኝነት በመጥቀስ ይሞግታል። ከትምህርተ ሥላሴ ጋር ይቃረናል ወይም ወደዚያ ድምዳሜ አያደርስም በሚል ለሚጠቀሱ ማስረጃዎችም አጭር ምላሽ ይሰጣል።

በዚህ ምዕራፍ ለትምህርተ ሥላሴ መሠረት ናቸው የሚባሉትን መጽሐፍ ቅዱሳዊ ማስረጃዎች በብዛት እናቀርበለን። ነገር ግን በርካታ ማስረጃዎችን ማቅረብ እንችል ዘንድ፣ በምንባባቱ ላይ የሚሰጡትን ማብራሪያዎች አሳንሰናል። አንድ ሺህ የሚሆኑ መጽሐፍ ቅዱሳዊ ምንባባትን፣ ከሦስት መቶ ምዕራፎች እንዲሁም ከሃያ ሰባቱ የሐዲስ ኪዳን መጻሕፍት ላይ ጠቅሰናል። ይሁን እንጂ፣ የሥላሴን አስተምህሮ በሚቃወሙ የሃይማኖት ድርጅቶች አንቀጸ ሃይማኖት ላይ ሰፊ ማብራሪያ አላቀረብንም።[26]

የሥላሴ አስተምህሮ መሠረት ያደረገባቸው አምስት መሠረታውያን ነጥቦች የሚከተሉት ናቸው፦—

---

26 በእነዚህ የሃይማኖት ድርጅቶች ላይ ሰፊ ማብራሪያ የሚፈልጉ ሰዎች፣ "አርዮሳውያን 'የይሖዋ ምስክሮች' አስተምህሮ በቃለ እግዚአብሔር ሲመዘን" እንዲሁም "ሰባልዮሳውያን 'የሐዋርያት ቤተ ክርስቲያን' አስተምህሮ በቃለ እግዚአብሔር ሲመዘን" የሚሉትን መጻሕፍት እንዲመለከቱ እናበረታታለን። እነዚህ መጻሕፍት በእነዚህ የሃይማኖት ድርጅቶች ውስጥ የሚሰጡ ትምህርቶች ምን እንደ ሆኑ ከማሳወቅም ባሻገር፣ በእነዚህ የሃይማኖት ድርጅት ውስጥ ያሉ ሰዎች ከትክክለኛው መሠረተ እምነት ጋር እንዴት ማስተዋወቅ እንደሚቻል እንዲሁም ራስን ከእነዚህ መናፍቃዊ ድርጅቶች እንቅስቃሴ እንዴት መከላከል እንደሚገባ ሰፊ ትምህርት ያቀርባሉ።

1. መጽሐፍ ቅዱስ፣ እግዚአብሔር አንድ ብቻ እንደ ሆነ ያስተምራል (ለምሳሌ የሚከተሉትን ክፍሎች ይመለከቷል ዘዳግም 4÷35፤ 39፤ 32÷39፤ 2ሳሙኤል 22÷32፤ ኢሳይያስ 37÷20: 43÷10፤ 44÷6-8፤ 45÷5፤ 14፤ 21-22፤ 46÷9፤ ዮሐንስ 5÷44፤ ሮሜ 3÷30፤ 16÷27፤ 1ቆሮንቶስ 8÷4-6፤ ገላትያ 3÷20፤ ኤፌሶን 4÷6፤ 1ጢሞቴዎስ 1÷17፤ 2÷5፤ ይሁዳ 25)።

2. መጽሐፍ ቅዱስ፣ አብ ፍጹም አምላክ እንደ ሆነ ያስተምራል (ለምሳሌ ዮሐንስ 17÷3፤ 1ቆሮንቶስ 8÷6፤ 2ቆሮንቶስ 1÷3፤ ኤፌ1÷3፤ 1ጴጥሮስ 1÷3)።

3. መጽሐፍ ቅዱስ፣ ወልድ/ኢየሱስ ክርስቶስ ፍጹም አምላክ እንደ ሆነ ያስተምራል (ለምሳሌ ኢሳይያስ 9÷6፤ ዮሐንስ 1÷1፤ ዮሐንስ 1÷18፤ 20÷28፤ የሐዋርያት ሥራ 20÷28፤ ሮሜ 9÷5፤ ቲቶ 2÷13፤ ዕብራውያን 1÷8፤ 1ጴጥሮስ 1÷1፤ 1ዮሐንስ 5÷20)።

4. መጽሐፍ ቅዱስ፣ መንፈስ ቅዱስ ፍጹም አምላክ እንደ ሆነ ያስተምራል (ለምሳሌ ሐዋርያት ሥራ 5÷3-4፤ 2ቆሮንቶስ 3÷17-18)።

5. መጽሐፍ ቅዱስ አብ፣ ወልድና መንፈስ ቅዱስ የተለያየ አካል እንዳላቸው ያስተምራል። ይህ ማለት:—

   ሀ. ኢየሱስ ክርስቶስ እግዚአብሔር አብ አይደለም ወይም እግዚአብሔር አብ ኢየሱስ ክርስቶስ አይደለም (ሮሜ 1÷7፤ ዮሐንስ 5÷31-32፤ 8÷16-18፤ 3÷16-17፤ ገላትያ 4÷4፤ ዮሐንስ 3÷35፤ 5÷20፤ 14÷31፤ 15÷9፤ 17÷23-26፤ 11÷41-42፤ 12÷28፤ 17÷1-26፤ ማቴዎስ 11÷27፤ ሉቃስ 10÷22፤ ዮሐንስ 7÷29፤ 8÷55፤ 10÷15፤ 1ዮሐንስ 2÷1)።

   ለ. ኢየሱስ ክርስቶስ መንፈስ ቅዱስ አይደለም ወይም መንፈስ ቅዱስ ኢየሱስ ክርስቶስ አይደለም (ዮሐንስ 14÷16፤ 1ዮሐንስ 2÷1፤ ዮሐንስ 15÷26፤ 16÷7፤ 16÷13-14፤ ማቴዎስ 28÷19፤ ሉቃስ 3÷22)።

   ሐ. እግዚአብሔር አብ መንፈስ ቅዱስ አይደለም ወይም መንፈስ ቅዱስ እግዚአብሔር አብ አይደለም (ዮሐንስ 14÷15፤ 15÷26፤ ሮሜ 8÷26-27፤ 28÷19)።

ለሥላሴያውያን ተደጋግሞ የሚቀርብላቸው፣ "አንድ አምላክ ብቻ ካለ፤ በአንጻሩ ደግሞ አብ ወልድና መንፈስ ቅዱስ የተለያዩ አካላት ከሆኑ በእነዚህ መሠረተ እምነቶች ውስጥ ምክንዮአዊ[27] ቅራኔ አይኖርም ወይ? ይህስ አመለካከት ከአረማውያን የመድብለ አማልክት አስተሳሰብ እንዴት ሊለይ ይችላል?" የሚለው ነው።

ዘመነኞቹ ሰባልዮሳውያን ማለትም በኢትዮጵያ የሚገኘው "የሐዋርያት ቤተ ክርስቲያን"[28] ሰዎች ቍጥር 4 እና ቍጥር 5 አይቀበሉም። አርዮሳውያን ማለትም ዘመነኞቹ "የይሖዋ ምስክሮች" ደግሞ 3 እና 4 አይቀበሉም። ሥላሴያውያን ግን ሁሉንም ነጥቦች ከሙሉ ልብ ከመቀበል ባሻገር፣ "አርዮሳውያኑንና ሰባልዮሳውያኑ የቅዱሳት መጻሕፍት ምስክርነት ባለ መቀበል ኑፋቄ ውስጥ ወድቀዋል" ሲሉ ይሞግታሉ።

---

[27] በዚህ ቦታ ምክንዮ ወይም ሥነ አምክንዮ የሚለውን ቃል የተጠቀምነው፣ በእንግሊዝኛው logic or reason የሚለውን ቃል እንዲወክል ነው። በግእዝ ቋንቋ "ሥነ" ማለት ውበት፣ ቍንጅና ማለት ሲሆን፣ ከዘመነ ደርግ ጀምሮ ግን ቃሉ "ጥናት" ወይም "ትምህርት" የሚለውን ቃል በመወከል በሥራ ላይ እንዲውል ተደርጓል። "አመክንዮ" የሚለው ቃል አመክነየ ከሚለው የግእዝ ቃል የተቀዳ ሲሆን፣ ትርጒሙም ምክንያት አቀረበ ማለት ነው። የማርክሲዝም ሌኒኒዝም መዝገበ ቃላት ሥነ አመክንዮ የሚለውን ቃል በሚከተለው መልኩ ይፈታዋል:— "በፍልስፍና በተለይም በጥንታዊ የግሪክ ፍልስፍና ውስጥ የነበረው አመለካከት ሰውን ከእንስሳት የሚለየው የማሰብ ችሎታው ማለትም ክፉና ደጉን፣ እውነቱንና ስሕተቱን ለይቶ በማወቅና በዚህም ዕውቀት በመመራት ተግባሩን ለጥሩና ለጠቃሚ ነገር የማዋል ችሎታው የሚመነጨው ከስሜት ግፊት ሳይሆን ከአመክንዮ ነው የሚል ነበር"—*የማርክሲዝም ሌኒኒዝም መዝገበ ቃላት*፤ (ኩራዝ አሳታሚ ድርጅት፤ አዲስ አበባ፤ 1979 ዓ.ም) ገጽ 273። የሥነ አመክንዮ ማስተማሪያ መጻሕፍት ደግሞ በዚህ መልክ ይፈቱታል፣ "እርስ በርሳቸው የተያያዙና የማይፋለሱ ሐሳቦች ከአንድ መንደርደሪያ ሐሳብ በመመንጨትና ከእርሱም ጋር በሚያያዝ በተወሰኑ የአስተሳሰብ ሕግጋት መሠረት ወደ ትክክለኛው መደምደሚያ የሚያመሩበትን ሁኔታና የዚህም ውጤት ሆኖ የሚቀረጸውን የሐሳብ ቅርጽና ሥርዐት የሚያጠና ሳይንስ ነው።"— Patrick J. Hurley, *A Concise Introduction to Logic* (Ninth Edition Wadsworth 2006), 1. በአጠቃላይ ሥነ አመክንዮ ሙግትን የሚተነትን የሳይንስ ዘርፍ ነው። በሥነ አመክንዮ ጥናት ሙግት የሚባለው የዐረፍተ ነገሮች ስብስብ ሆኖ አንድ ወይም ከአንድ በላይ የሙግት ነጥቦች እንዲሁም ከእነዚህ የሙግት ነጥቦች ተነሥቶ አንድን ነገር ለማጽናት/ለመደገፍ የሚደረስበት ድምዳሜ ሙግት ይባላል።

[28] በአስተምህሮአዊ አቋማቸው "ኦንሊ ጂሰስ" በመባል በስፋት ይታወቃሉ።

በየዘመናቱ የሚገኙት አርዮሳውያንም ሆኑ ሰባልዮሳውያን ሥላሴያውያኑን ለመሞገት የሚያነሡት መሠረታዊ ጥያቄ አለ፤ ይኸውም፣ “ሥላሴያውያን ቁጥር 1 እና ቁጥር 5 በአንድ ላይ በመቀበል፣ በመሠረተ እምነታቸው ውስጥ ምክንዮአዊ ቅራኔ አስገብተዋል፡፡ ይኸውም እግዚአብሔር አንድና አንድ ብቻ ነው እያሉ በአንጻሩ አብ፣ ወልድና መንፈስ ቅዱስ የተለያዩ አካላት ናቸው ማለት ተቃራኒ ነገሮችን ቀይጦ እንደ ማመን ነው” ሲሉ ይከራከራሉ፡፡

በዚህ ቦታ ልብ ልንለው የሚገባን አንድ መሠረታዊ ዕውነት አለ፡፡ ይኸውም የሥላሴን ትምህርት ለመተቸት፣ በሰባልዮሳውያኑና በአርዮሳውያኑ የሚቀርበው ሙግት “ቅራኔን” ማዕከል ያደረገ እስከ ሆነ ድረስ፣ ሙግቱ በአብዛኛው “በርግጥ እነዚህ ሐያስያን እንደሚሉት በአስተምህሮው ውስጥ ቅራኔ አለ ወይስ የለም” በሚለው ጉዳይ ላይ የሚያጠነጥን ነው፡፡ በዚህ አንጻር ሲታይ የሥላሴያውያን አጸፋዊ ምላሽ በአስተምህሮ ውስጥ ቅራኔ እንደሌለ የሚያመለክት ብቻ ሳይሆን፣ ቅዱሳት መጻሕፍት በአንድ ርእሰ ጉዳይ ላይ፣ እርስ በርስ የሚቃረን ዘገባ እንደማያቀርቡ የሚያሳይ ነው፡፡ በርግጥ ሥላሴያውያን፣ ተቃርነዋል ለሚባሉት አንቀጸ ሃይማኖቶች አጥጋቢ የሆነ ምክንዮአዊ ትንታኔ ካላቸው፣ አስተምህሮአቸው መጽሐፍ ቅዱስን ብቻ ሳይሆን፣ ሥነ አመክንዮንም መሠረት ለማድረጉ ትልቅ አብነት ነው፡፡ የዚህም መጽሐፍ ዐቢይ ዐላማ ትምህርተ ሥላሴ መጽሐፍ ቅዱሳዊ መሆኑን ከማሳየትም ባሻገር፣ አመክንዮአዊ መሠረቱም ሆነ ታሪካዊ ቅቡልነቱን በስፋት ይዘክራል፡፡

በዚህ ምዕራፍ ቅዱሳት መጻሕፍት በእነዚህ አምስት ነጥቦች ላይ የሚሰጡትን አስተያየት የምንመለከት ሲሆን፣ በቀጣዩ ምዕራፍ ደግሞ በቁጥር 1 እና በቁጥር 5 መካከል አንዳችም ምክንዮአዊ ቅራኔ ላለመኖሩ ሥነ ምክንዮአዊ ማስረጃ እናቀርበለን፡፡

ጥርጊያ መንገድ

ትምህርተ ሥላሴ ላይ በማስተምርባቸው ቦታዎች ሁሉ፣ ሰዎች በተደጋጋሚነት የሚጠይቋቸው ጥያቄዎች አሉ፡፡ ከመነሻው

ለእነዚህ ጥያቄዎች አጥጋቢ መልስ መስጠት፣ ትምህርቱን በሰከነ ልብ ለመከታተል ይበጃል የሚል ግምት አለኝ፡፡ ስለዚህ በቅድሚያ ለእነዚህ ስሑት አስተሳሰቦች መጽሐፍ ቅዱሳዊ ምላሽ እንስጥ፡፡

አንደኛ፣ አንዳንድ ሰዎች፣ “መጽሐፍ ቅዱስ አብ፣ ወልድና መንፈስ ቅዱስ የሚሉት ስሞች በአንድ ዐውድ ውስጥ የተጠቀሱት በጣት የሚቈጠሩ ጥቂት ቦታዎች ላይ ብቻ ነው፤ ከእነዚህ ምንባባት በመነሣት ትምህርተ ሥላሴን ማዋቀር ስሕተት ነው” የሚል አስተሳሰብ አላቸው፡፡

ይህ ፍጹም ስሕተት ነው፡፡ ቢያንስ 55 የሐዲስ ኪዳን ምንባባት አብ፣ ወልድና መንፈስ ቅዱስን በአንድ ዐውድ ውስጥ በጥምረት ጠቅሰው እናገኛለን[29]፡፡ እነሆ ክፍሎቹ:— ሮሜ 5÷5-6፤ ይሁዳ 20-21፤ 2ተሰሎንቄ 2÷13-14፤ ሮሜ 15÷30፤ ዕብራውያን 2÷3-4፤ ሮሜ 8÷14-17፤ 1ተሰሎንቄ 1÷3-6፤ 2ቆሮንቶስ 13÷14፤ ማቴዎስ 28÷19፤ ሐዋርያት ሥራ 10÷44-48፤ 2÷38-39፤ 1ጴጥሮስ 4÷14፤ 1ዮሐንስ 3÷23-24፤ 1ቆሮንቶስ 6:11፤ ኤፌሶን 1÷3-13፤ ሐዋርያት ሥራ 15÷8-11፤ ዕብራውያን 10÷29-31፤ ሮሜ 5÷5-6፤ ኤፌሶን 2÷19-22፤ 3÷16-17፤ 2ቆሮንቶስ 1÷21-22፤ ገላትያ 4÷4-6፤ ሐዋርያት ሥራ 2÷38-39፤ 10÷44-48፤ 15÷8-11፤ 20:27-28፤ 28÷25-31፤ ሮሜ 1÷1-4፤ 5÷5-6፤ 8÷2-4፤ 8÷14-17፤ 8÷26-30፤ 15÷16፤ 15÷30፤ 1ቆሮንቶስ 2÷2-5፤ 6÷11፤ 12÷4-6፤ 12÷11-12,18፤ 2ቆሮንቶስ 1÷21-22፤ 13÷14፤ ኤፌሶን 1÷3-13፤ 2÷18፤ 2÷19-22፤ 3÷16-17፤ 4÷4-6፤ 4÷30-32፤ 5÷18-20፤ 1ተሰሎንቄ 1÷3-6፤ 2ተሰሎንቄ 2÷13-14፤ ቲቶ 3÷4-6፤ ዕብራውያን 2÷3-4፤ 9÷14፤ 10÷29-31፤ 1ጴጥሮስ 1÷2፤ 3÷18፤ 4÷14፤ 1ዮሐንስ 3÷23-24፤ 4÷13-14፤ ይሁዳ 20-21፡፡

ሁለተኛ፣ አንዳንድ ሰዎች ደግሞ፣ “እነዚህ መጽሐፍ ቅዱሳዊ ምንባባት ሁሉ ከሐዲስ ኪዳን መጻሕፍት ብቻ የተገኙ ናቸው— ብሉይ ኪዳንን ሳይጨምር፡፡ ይህ ለምን እንደ ሆነ አጥጋቢ ማብራሪያ እስካልቀረበ ድረስ ትምህርተ ሥላሴ መጽሐፍ ቅዱሳዊ ነው ብለን መቀበል ይቸግረናል” ይላሉ፡፡

---

[29] እነዚህም ምንባባት በእንግሊዝኛ Triadic Texts በመባል ይታወቃሉ፡፡ በአማርኛችን “ሥሉሳውያን ምንባባት” ብንላቸውስ?

“የይሖዋ ምስክሮች”፣ “የሐዋርያት ቤተ ክርስቲያን” እንዲሁም የሥላሴን ትምህርት የማይቀበሉ ሌሎች ሃይማኖታዊ ድርጅቶች፣ የብሉይ ኪዳን መጻሕፍት አንዳችም ትምህርት በማያቀርቡባቸው ወይም እጅግ በጣም አናሳ ማብራሪያ በሰጡባቸው አስተምህሮዎች ላይ አቋም ወስደዋል:: ለምሳሌ የውሃ ጥምቀት፣ የጌታ ራት፣ የክርስቶስ ዳግም ምጽአት፣ የቅዱሳን ትንሣኤ፣ ክርስቶስ የዓለማት ፈጣሪ መሆኑ፣ ክርስቶስ ከሙታን እንደሚነሣ፣ ኢየሱስ እስራኤላውያንን “በምድረ በዳ ሲከተላቸው የነበረ ዐለት መሆኑ” ወዘተ በብሉይ ኪዳን አንዳችም ማብራሪያ ያልቀረበባቸውም ወይም እጅግ አናሳ መረጃ የተሰጠባቸው ትምህርቶች ናቸው:: ነገር ግን ብሉያት አንዳችም ፍንጭ ባልሰጡባቸው ወይም አጥጋቢ ማብራሪያ ባላቀረቡባቸው በእነዚህ ጉዳዮች ላይ አቋም ወስደዋል:: እውነቱ ይህ ከሆነ ደግሞ፣ ሐዲስ ኪዳን በአብ፣ በወልድና በመንፈስ ቅዱስ ላይ እጅግ ሰፊ ማብራሪያ አቅርቦ ሳለ፣ ብሉያት ማብራሪያ ስላላቀረቡበት እነዚህን መረጃዎች አልቀበልም ማለት ስሕተት ነው— ቢያንስ መጽሐፍ ቅዱስ የአምላክ ቃል ነው ብሎ ለሚያምን አማኝ::

ልብ ልንለው የሚገባን ሌላው ነጥብ፣ የመጽሐፍ ቅዱስ መምህራን እግዚአብሔር ራሱን የገለጠበት መንገድ ርምደታዊ ነው ከሚባልባቸው ምክንያቶች መኻል ዋነኛው፣ ብሉይ ኪዳን ሰፊ ማብራሪያ ያላቀረበባቸው ትምህርቶች፣ በሐዲስ ኪዳን በማያሻማ መንገድ ሰፊ ትንታኔ ተሰጥቶአቸው መገኘቱ ነው:: ለዚህም ነው የሐዲስ ኪዳን መጻሕፍት፣ እግዚአብሔር ለዘመናት ተሰውሮ (ምስጢር ሆኖ) የኖረውን ነገር በዘመኑ መጨረሻ ላይ ሁሉን አፍታቶ እንደ ገለጠው የሚናገሩት (ዕብራውያን 1÷1-3፤ ማርቆስ 4÷11፤ ማቴዎስ 13÷11፤ ሉቃስ 8÷10፤ ሮሜ 16÷25-27፤ 1ቆሮንቶስ 2÷1-10፤ 1ቆሮንቶስ 4÷1፤ ኤፌሶን 1÷8-10፤ 3÷1-10፤ ቈላስይስ 1÷25-27፤ 2÷2-3፤ 1ጢሞቴዎስ 3÷16):: ስለዚህ ብሉይ ኪዳን ማብራሪያ አላቀረበም ወይም ሰፊ ማብራሪያ አልሰጠም በሚል፣ የሐዲስ ኪዳንን አስተምህሮ አልቀበልም ማለት፣ መጽሐፍ ቅዱስ የሕይወቴና የአስተምህሮዬ መመሪያ ነው ከሚል ሃይማኖተኛ ሰው የሚጠበቅ አይደለም:: ይህ

እንግዲህ አብ፣ ወልድና መንፈስ ቅዱስ ማለትም ሦስቱ የሥላሴ አካላት በጥምረት የተጠቀሱባቸው ቦታዎች ናቸው:: ነገር ግን አብና ወልድ ብቻ ወይም ወልድና መንፈስ ቅዱስ ወይም ደግሞ መንፈስ ቅዱስና አብ በጥምረት የተጠቀሱባቸው ቦታዎች ደግሞ እጅግ ሲበዛ በርካታ መሆናቸውን ልብ ይሏል::

ሦስተኛ፣ ቅዱሳት መጻሕፍት የአብና የወልድ ያህል፣ በመንፈስ ቅዱስ ላይ ሰፊ የሆነ ማብራሪያ ያላቀረቡት ለምንድን ነው:: ይህ መንፈስ ቅዱስ አካላዊ ሕልውና እንደሌለው ወይም አምላክ እንዳልሆነ አመላካች ነውን?

መጽሐፍ ቅዱስ በተለይም የሐዲስ ኪዳን መጻሕፍት ስለ መንፈስ ቅዱስ አጥጋቢ የሆነ ማብራሪያ ሰጥተውናል:: ለዚህም ነው በመንፈስ ቅዱስ ማንነት እንዲሁም ስለ መንፈስ ቅዱስ ሥራ፣ ቤተ ክርስቲያን ሰፊ ትምህርት ያላት:: ስለ መንፈስ ቅዱስ የቀረበው ገለጻ፣ ከአብና ከወልድ ጋር ሲነጻጸር አንሷል የሚባል ከሆነ፣ አስፈላጊ መረጃዎች ሁሉ እስከ ተሰጡን ድረስ አንሷል የሚለው አስተያየት "ከምን አንጻር ታይቶ ነው አንሷል ሊባል የቻለው?" የሚለውን ጥያቄ እንድንጠይቅ እንገደዳለን:: ምክንያቱም የተነገረን ነገር የተሟላ እንዲሁም አስተምህሮአችንን ለመቅረጽ በቂ ነውና:: እንዲያ ባይሆን ኖሮ፣ አምላክ የበለጠ ማብራሪያ ይሰጠን ነበር::

ቅዱሳት መጻሕፍት የተጻፉት በመንፈስ ቅዱስ ምሪት ስለሆነ፣ መንፈስ ቅዱስ ደግሞ አብንና ወልድን ማክበር እንዲሁም የክርስቶስን ቤዛዊ ሥራ እውን ይሆን ዘንድ ዓለምን ስለኀጢአት መውቀስ እንጂ፣ ራሱን ማክበር ስላልሆነ፣ የሥራውን ያህል ለማንነቱ ሰፊ ቦታ ተሰጥቶት ላናይ እንችላለን:: ይህ ስለመንፈስ ቅዱስ የተለየ ገለጻ እንዲኖረን የሚያደርገን አይደለም:: ለምሳሌ ቤተሰቤን ፎቶ ግራፍ ማንሣት እወዳለሁ:: ከዚህ የተነሣም፣ ልጆቼና ባለቤቴ እጅግ በርካታ ፎቶግራፍ ሲኖራቸው፣ እኔ የምገኝባቸው ፎቶዎች እጅግ አናሳ ናቸው:: ምክንያቱም እኔ አብዛኛውን ጊዜ ፎቶ አንሺ እንጂ ፎቶ ተነሽ አይደለሁምና:: ነገር ግን አንድም ሰው አፉን ሞልቶ፣ በፎቶ ግራፎቹ ውስጥ ተስፋዬ በብዛት አልታየምና ጭራሹኑ የለም

ወይም በፎቶ ግራፉ እውን በመሆኑ ሂደት ውስጥ ተስፋዬ ድርሻ የለውም ሊለኝ አይችልም።

አራተኛ፤ "የሥላሴ አማንያን ትምህርተ ሥላሴ ትክክል ነው የሚለውን ቅድመ ግንዛቤ (መቅድመ ልባዌ) በመያዝ እነዚህን ክፍሎች መመልከታቸው፣ ወደ ተሳሳተ ድምዳሜ እንዲደርሱ አድርጓቸዋል፤ በእነዚህ ምንባባት አብ፣ ወልድና መንፈስ ቅዱስ በአንድ ላይ መጠቀሳቸው እሙን ቢሆንም፣ የተለያዩ አካላት መሆናቸውን የሚያመለክት አይደለም" የሚል አስተሳሰብ ያላቸው ሰዎች አሉ። ይህ የተሳሳተ ሙግት ነው። (1) የሥላሴ አማንያን ትምህርተ ሥላሴ ትክክል ነው የሚለውን ቅድመ ግንዛቤ በመያዝ መጽሐፍ ቅዱሳቸውን ማጥናታቸው እሙን ነው፤ በአንጻሩ ደግሞ "የሐዋርያት ቤተ ክርስቲያን" ሰዎች ወይም "የይሖዋ ምስክሮች"፣ ሰባልዮሳዊና አርዮሳዊ በሆነ እይታ መጽሐፍ ቅዱሳቸውን መመልከታቸውም የማይታበል ሐቅ ነው። ምክንያቱም ሰው ሁሉ የራሱ የሆነ መቅድመ ልባዌ (ቅድመ ግንዛቤ)[30] አለውና፤ ስለዚህ እኔ አንዳችም መቅድመ ልባዌ የሌለኝ ወና ቤት ነኝ ማለት የሚችል አንዳችም ፍጥረት የለም። መቅድመ ልባዌን መናቅ የመቅድመ ልባዌን ምንነት በውል ያለመገንዘብ ነው። እንግዲያው ቊም ነገሩ መቅድመ ልባዌ አለን ወይስ የለንም የሚለው ሳይሆን፣ መቅድመ ልባዌአችን በአጥጋቢ የመጽሐፍ ቅዱስ መረጃዎች የተደገፈ ነው ወይስ አይደለም የሚለው ነጥብ ነው። መረጃዎች ቅድመ ግንዛቤአችን ባርቆ እንዳያጠፋን ቃታ የሚጠብቁልን መሣሪያዎች ናቸውና። "አብ፣ ወልድና መንፈስ ቅዱስ በጥምረት መጠቀሳቸው የተለያዩ አካላት መሆናቸውን አያሳይም" የሚለው ትችት ሰፊ ማብራሪያ ስለሚፈልግ፣ ኋላ ጉዳዩን በስፋት እንመረምረዋለን። (2) በእነዚህ የሐዲስ ኪዳን መጻሕፍት ውስጥ አብ፣ ወልድና መንፈስ ቅዱስ በጥምረት መጠቀሳቸው ብቻ ሳይሆን፣ የተለያዩ አካላት መሆናቸውን፣ የምንባባቱ ሰዋስዋዊ አወቃቀር እንዲሁም ዐውዳዊ ትርጓሜ በማያሻማ መንገድ ያስረዳል። ኋላ በዚህ ጉዳይ ላይ ሰፊ ማብራሪያ ስለምናቀርብ ይህን ሐሳብ በዚሁ እንቋጨው።

---

[30] Presupposition የሚለውን የእንግሊዝኛ ቃል እንዲወክል የታሰበ ቃል ነው።

አምስተኛ፤ አንዳንድ ግለሰቦች ደግሞ፣ “አብና ወልድ በተባዕት (በወንዴ) ጾታ ሲገለጹ፣ መንፈስ ቅዱስ ግን በግዑዝ ጾታ መቅረቡ፣ አካላዊ ህልውና እንደሌለው የሚያመለክት ነው”፣ የሚል የሙግት ነጥብ አላቸው[31]:: በተለይ ኪንግ ጀምስ የሚባለውን የእንግሊዝኛ ትርጉም ያነበቡ ሰዎች፣ ይህ ጥያቄ በቀላሉ ሲፈጠ ርባቸው ይታያል—“The Spirit ***itself*** beareth witness with our spirit, that we are the children of God” (Rom. 8:16 KJV)—“የእግዚአብሔር ልጆች መሆናችንን ያ መንፈስ ራሱ ከመንፈሳችን ጋር ሆኖ ይመሰክርልናል”:: ይህ የግሪክን ሰዋስው ካለማወቅ የሚከሠት ግራ መጋባት ነው:: በእንግሊዝኛ ቋንቋ ሰዋስዋዊ ጾታና ተፈጥሮአዊ ጾታ አንድ ናቸው፤ ለምሳሌ “ወንድ” የሚለው ተባዕት፣ “ሴት” የሚለው አንስታይ እንዲሁም “መኪና” የሚለው ደግሞ የግዑዝ ጾታን የሚያሳዩ ናቸው:: ለእነዚህም ስሞች የምንጠቀመው ምድብ ተውላጠ ስም (pronoun) ትክክልኛውን ጾታ የሚያጣቅስ መሆን ይኖርበታል:: ለዚህም ነው በእንግሊዝኛ ሰዋስው ተፈጥሯዊ ጾታና የሰዋስው ጾታ እንድ ናቸው ያልነው:: ሐዲስ ኪዳን መጻሕፍት የተጻፉት በእንግሊዝኛ ወይም በግእዝ ወይም ደግሞ በሌላ ቋንቋ ሳይሆን፣ ኮይኔ በሚባለው የግሪክ ቋንቋ ነው:: ኮይኔ ግሪክ ከእንግሊዝኛ ሰዋስው በእጅጉ የሚለይበት የራሱ የሆነ ጠባይ አለው:: በኮይኔ ግሪክ ማናቸውም ዐይነት ስሞች በሦስት መደብ ይከፈላሉ:: ይኸውም አንስታይ (ሴቴ)፣ ተባዕታይ (ወንዴ) እና ግዑዝ ናቸው:: ይህ ማለት ግን በተባዕታይ ጾታ የቀረበው አካል ወንድ ነው በአንስታይ ጾታ የተገለጠው ሴት ነው እንዲሁም በግዑዝ ጾታ የቀረበው ግዑዝ ነው ማለት አይደለም:: የሰዋስው ጾታና ተፈጥሯዊ ጾታ የተለያዩ ናቸውና:: ለምሳሌ “ሞት” (ግሪክ ታናቶስ θάνατος) ተባዕታይ ጾታ ሲኖረው፣ “ኀጢአት” (ግሪክ ሀማርትያ ἁμαρτία) ደግሞ አንስታይ ጾታ አለው:: “ልጅ” (ቴክኖን τέκνον) እንዲሁም “ሕፃን” (ጠይዲዮን παιδίον) የሚሉት ቃላት የግዑዝ ጾታ አላቸው::

---

[31] *Insight on the Scriptures,* “Entry for “SPIRIT.’” Volume 2, (Watchtower Bible and Tract Society of New York, Inc. 1989), 1019.

"ሕፃን" (ጠይዲዮን παιδίον) የሚለው የግሪክ ቃል ዘርዘር አድርገን እንመልከተው:: ቃሉ ሐዲስ ኪዳን ግሪክ 52 ጊዜ የተጠቀሰ ሲሆን፣ በሰብዐ ሊቃናት ትርጒም ደግሞ 168 ጊዜ ጥቅም ላይ ውሏል:: የቃሉ ሰዋስዋዊ ጾታ ግዑዝ ይሁን እንጂ፣ ሕፃን ልጅ ግዑዝ አይደለም— የግድ ተባዕታይ አልያም አንስታይ ጾታ አለው:: ለምሳሌ ኢየሱስ በሐዲስ ኪዳን ግሪክ 11 ጊዜ ሕፃን ተብሏል፤ ቃሉ የግዑዝ ጾታን ከማመልከቱም ባሻገር፣ ምድብ ተውላጠ ስሞቹ ግዑዝ ጾታን አመላካች ናቸው (ማቴዎስ 2÷8: 9:11:13 [2ጊዜ]:14:20 [2ጊዜ]፤ ሉቃስ 2÷17:27:40):: ነገር ግን እንዲያው የለየለት ወፈፌ ካልሆነ በቀር፣ ጌታ ሕፃንነቱ ወቅት ግዑዝ ነበር የሚል ሰው ያለ አይመስለኝም (ከዚህ ሰዋስዋዊ ጾታ በመነሣት):: ለዚህም ነው በግሪክ ሰዋስው ተፈጥሯዊ ወይም ገሓዳዊ ጾታና ሰዋስዋዊ ጾታ ለየቅል ናቸው የሚባለው::

በግሪክ ሰዋስው ጾታ ምን ዐይነት ባሕርይ እንዳለው የዚህን ያህል ከተመለከትን ጥያቄውን መመለስ እንችላለን:: በግሪክ "መንፈስ" (ኒውማ πνεῦμα) የሚለው ስም መንፈሳዊ አካላትንም ሆነ (እርኩሳንንም ሆነ ቅዱሳን መላእክትን[32]) መንፈስ ቅዱስን ለማሳየት ጥቅም ላይ ቢውልም፣ ቃሉ በሰዋስው አካሄዱ የግዑዝ ጾታን ስለሚያመለክት ቃሉም ሆነ ቃሉን ተከትለው የሚመጡ ምድብ ተውላጠ ስሞች፣ የግዑዝ ጾታን ያሳያሉ (ለምሳሌ ዮሐንስ 4÷24፤ ግሪክ ምድም ተውላጠ ስሞች ከጾታው ጋር ይጣጣማሉ፤ ነገር ግን አንዳንዴ የሐዲስ ኪዳን ጸሓፍያን ይህን ሕግ በመተላለፍ ከሰዋስው ይልቅ ለነገረ መለኮቱ ትኵረት ሰጥተዋል):: ይህ እንዳለ ሆኖ መንፈስ ቅዱስ፣ ጰራቅሊጦስ (ፓራክሊቶስ παράκλητος) ተብሎ በተጠራባቸው ቦታዎች ላይ የተባዕት ጾታ እንዲሁም ምድብ ተውላጠ ስሞቹ የተባዕት ጾታ ይዘው ገብተዋል (ለምሳሌ ዮሐንስ 14÷26፤ 1ዮሐንስ 2÷1):: "አጋንት" (ዳይሞኒዎን δαιμονίων) የሚለው ቃል የግዑዝ ጾታን አመልካች ነው:: ነገር ግን እርኩሳን መናፍስት

---

[32] በቅዱሳት መጻሕፍት፣ እርኩሳን መናስፍስት መንፈስ ተብለዋል:: ነገር ግን የመንፈስ ቅዱስን አካላዊ ህልውና የሚክዱ ሰዎችም እንኳ፣ እነዚህ መንፈሳውያን ፍጥረታት አካላዊ ህልውና እንዳላቸው ያምናሉ::

ግዑዛን ናቸው ማለት አይደለም (ራእይ 18÷2፣ ማቴዎስ 7÷22፣ ማርቆስ 16÷9:17፤ ሐዋርያት ሥራ 17÷18)፡፡ ስለዚህ ሮሜ 8÷16 ጨምሮ ሌሎችም ቦታዎች መንፈስ ቅዱስን የሚያመለክቱ ምድብ ተውላጠ ስሞች የግዑዝ ጾታን ማሳየታቸው መንፈስ ቅዱስ ግዑዝ ነው ወይም አካላዊ ህልውና የለውም ወደሚለው ድምዳሜ የሚያደርሱ አይደሉም፡፡ በዚህ ረገድ "ከሐዋርያት ቤተ ክርስቲያን"ና "ከይሖዋ ምስክሮች" የሚቀርበው ትችት፣ ይህን መሠረታዊ የሰዋስው አካሄድ ካለማወቅ የሚመነጭ ነው፡፡ ይህ ዐይነቱ ችግር እንዳይከሠት በሚል ነው፣ የወንጌል አገልጋዮች ነገረ መለኮት ትምህርት ቤት በመግባት፣ ግሪክንና ዕብራይስጥን በወጉ ሊማሩ ይገባቸዋል የሚባለው፡፡ ለዚህም ነው በሰባልዮስና በአርዮስ አስተምህሮ ውስጥ ያሉትን ሰዎች፣ የእናት ቋንቋውን ሰዋስው እንዲሁም የቅዱሳት መጻሕፍት ያፈታት ጥበብ (ቢያንስ የመጀመሪያዎቹን ክፍሎች) ተማሩ በማለት የምንወተውተው፤ የምንዋትተው፡፡

በውይይታችን ላይ አሉታዊ ጥላ የሚያጠሉትን ዋነኛ ነጥቦች ይህን ያህል ከመረመርንና አጥጋቢ ምላሽ ከሰጠን፣ ትምህርተ ሥላሴን በስፋት የመመርመር ደልዳላ ሜዳ እንዳበጀን እንገምታለን፡፡ እንግዲያው አሁን የትምህርተ ሥላሴን መጽሐፍ ቅዱሳዊ መሠረት ተዋፅኦአዊ[33] በሆነ መልኩ ወደ መመልከቱ እንዝለቅ፡፡[34]

---

[33] የግርጌ ማስታወሻ 1 ይመለከቷል፡፡

[34] ተዋፅኦአዊ፣ አስተዋፅኦ/አስተዋፃኢ ከሚለው የግእዝ ቃል የተወሰደ ነው፡፡ ቃሉ ስም፣ ግሥም ሆነ ቅጽል በመሆን ሊያገለግል ይችላል፡፡ የአንድን ትምህርት ወይም ሙግት ወይም ደግሞ ሀሳብ መንደርደሪያና ድምዳሜ መሠረታዊ ውቅር ምን እንደሚመስል የሚገልጽ አጭር ጽሑፍ ተዋፅኦ ነው፡፡ በዚህ ትርጕሙ መሠረት ተዋፅኦ የሚለው የግእዝ ቃል Outline ከሚለው የእንግሊዝኛ ቃል ጋር አቻ ትርጕም ይጋራል፡፡ ተዋፅኦአዊ ጥናት የሚለው ሐረግ outline study የሚሉትን የእንግሊዝኛ ቃላት በሚወክል መልኩ በዚህ መጽሐፍ ውስጥ ጥቅም ላይ ውሏል፡፡ ጸሓፊው፣ በዚሁ ርእሰ ጕዳይ ላይ ከወንድም አማረ መስፍን ጋር፣ ትልቅ ጥራዝ ያለው መጽሐፍ በማዘጋጀት ላይ ሲሆን፣ በዚህ አነስተኛ መጽሐፍ ግን መጽሐፍ ቅዱሳዊው መሠረት በአጭሩ ማብራሪያ ተሰጥተበታል፡፡ በዚህ ምዕራፍ የሚገኘው ይህ ተዋፅኦአዊ ጥናት በአብዛኛው የተወሰደው፣ Robert M. Bownam, Jr. "The Biblical Basis of the Doctrine of the Trinity" በሚል ርእስ ካዘጋጀው ያልታተመ

የአስተምህሮተ ሥላሴ ተዋፅኦአዊ ጥናት

I. እግዚአብሔር አንድ ነው (አንድ እግዚአብሔር ብቻ አለ)

ሀ. እግዚአብሔር አንድ ነው

1. ብሉያት፡— ዘዳ. 4÷35:39፣ 32÷39፣ 2ሳሙ. 22÷32፣ 2ነገሥት 5÷15፣ ኢሳ. 37÷20፣ 43÷10፣ 44÷6-8፣ 45÷5:14:21-22፣ 46÷9፡፡
2. ሐዲሳት፡— ዮሐ. 5÷44፣ ሮሜ 3÷30፣ 16÷27፣ 1ቆሮ. 8÷4-6፣ ገላ. 3÷20፣ ኤፌ 4÷6፣ 1ጢሞ 1÷17፣ 2÷5፣ ያዕ. 2÷19፣ ይሁዳ 25፡፡

ለ. እንደ እግዚአብሔር ያለ ማንም የለም (በማንነት/በባሕርይ [በጥንተ ባሕርይው በአኗኗሩ])

1. ግልጽ የሆኑ ዐረፍተ ነገሮች፡— ዘፀ. 8÷10፣ 9÷14፣ 15÷11፣ 2ሳሙ. 7÷22፣ 1ነገሥ. 8÷23፣ 1ዜና 17÷20፣ መዝ 86÷8፣ ኢሳ 40÷18:25፣ 44÷7፣ 46÷5:9፣ ኤር. 10÷6- 7፣ ሚክ 7÷18፡፡
2. "እንደ እግዚአብሔር መሆን" ማለት የሐሰት አባት ከሆነው ከሰይጣን ዲያብሎስ የተገኘ ውሸት ነው፡— ዘፍ. 3÷5፣ ኢሳ. 14÷14፣ ዮሐ. 8÷44፡፡
3. "እንደ እግዚአብሔር እሆናለሁ" ሲል ወደ ላይ የተንጠራራው ሰው፣ በራሱ ላይ ያመጣው "ክፉና ደጉን ማወቅን እንጂ" እግዚአብሔርን መሆን አልነበረም፡— ዘፍ 3÷22[35]፡፡

ጽሑፍ ነው፡፡ Rob ይህን ጽሑፍ በዚህ መጽሐፍ ውስጥ እንዳካትተው ስለፈቀደልኝ ከልብ አመሰግናለሁ፡፡

[35] በቅርቡ፣ "ኤልሻዳይ" በሚባል የቴሌቪዥን ፕሮግራም ላይ አንድ ግለሰብ፣ "እኔ አምላክ ነኝ፤ ነገር ግን የማልፈጥረው አምላክ ሁሉን ፈጥሮ ስለጨረሰ ነው ሲሉ" ሰምተናል፡፡ መፍጠሩስ ይቅር እርሳቸው ሁሉን ያውቃሉ ማለት ነው፣ በሁሉ ቦታ ይገኛሉ ማለት ነው፣ ሁሉን ይችላሉ ማለት ነው፡፡ ሰው እንዴት በአጭር ቁመት በጠባብ ደረት ተወስኖ እያለ፣ እኔ አምላክ ነኝ እያለ በድፍረት እንዴት ሊናገር ይችላል፡፡ ሰይጣን ወደ ምድር የተወረወረው "በልዑል እመስላለሁ" ብሎ እንደ ነበር

ሐ. አንድ እውነተኛ አምላክ ብቻ አለ:— 2ዜና 15÷3፤ ኤር. 10÷10፤ ዮሐ. 17÷3፤ 1ተሰ. 1÷9፤ 1ዮሐ. 5÷20-21።

1. የሥላሴን ትምህርት የሚቃወሙ አንዳንድ ሰዎች በዮሐንስ 17÷3 ባለው ክፍል ላይ "እውነተኛ" የሚለው ቃል (በግሪክ "አሌቲኖን" "ἀληθινὸν") "ልሂቃን" ("archetypal") ተብሎ ሊተረጐም ይችላል (ሊቀ መልአክ ወይም ሊቀ ካህን ወዘተ እንደሚባለው ማለት ነው)። ይህም እግዚአብሔር አብ ትልቁ አምላክና ኢየሱስ ደግሞ ከእርሱ ያነሰ ወይም ሁለተኛ አምላክ እንደ ሆነ የሚያመለክት ነው ባዮች ናቸው።
2. ይህ የቃል ፍቺ ትክክለኛ ነው ብለን ብናስብ እንኳ፣ ይህ እውነት የሚሆነው (በግሪክ "አሌቲኖስ" "ἀληθινός") ለሚለው የግሪክ ቃል ብቻ እንጂ፣ "እመት" "אֱמֶת" ለሚለው የዕብራይስጥ አቻ ትርጓሜው አይደለም። ስለዚህ ከብሉያት አንጻር ይህን የቃል ትርጓሜ ይዞ አስተምህሮ ማዋቀር ትክክል አይሆንም።
3. እነዚህ የሥላሴ ትምህርት ሐያስያን እንደሚሉት፣ ብሉይ ኪዳን እውነተኛ አምላክ የሚለውን ገለጻ የተጠቀመው፣ በትልቅና በትንሽ አምላክ መካከል ያለውን ንጽጽር ለማሳየት ሳይሆን፣ እውነተኛ በሆነው አምላክና በጣዖታት መካከል ያለውን ንጽጽር ለማመልከት ነው።
    ሀ) 2ነገሥት 3÷2፤ እስራኤል ለብዙ ጊዜያት "ያለእውነተኛ አምላክ" ነበረች ኋላ ግን ፊቷን ወደ አምላኳ መለሰች (ቊጥር 3-6)። አሳ ይህንን ያደረገውም ጣዖታትን ሁሉ ከምድሪቱ በማስወገድ ነው (ቊጥር 7)።
    ለ) ኤርምያስ 10÷10፤ እስራኤል የአሕዛብ አማልክትን መፍራት የለባትም፤ እነርሱ ጣዖታት

ይታወቃል። የሰውንም ልጆች "እንደ እርሱ ትሆናላችሁ" ብሎ ነበር ያታለላቸው። በዚያን ዘመን የነበረው ማታለል ቋንቋውን እንኳ ሳይቀይር በዚህ መልክ አፍጦ አግጦ መምጣቱ፣ በዘመናት ሙጥጫ ላይ እንደምንገኝ ማመላከቻ ሳይሆን ይቀራል?

ናቸውና (10÷1-9)። እውነተኛ አምላክ የሆነው እግዚአብሔር ግን ሕያው ነው (ቍጥር 10)። እርሱም የዓለማት ፈጣሪ ነው (ቍጥር 11-12)።

ሐ) 1ተሰሎንቄ 1÷9፤ የተሰሎንቄ ክርስቲያኖች ጣዖታትን ከማምለክ ሕያውና እውነተኛ የሆነውን አምላክ ለማገልገል ዘወር አሉ።

መ) 1ዮሐንስ 5÷20-21፤ እኛ እውነተኛ በሆነውና የዘላለም ሕይወት በሆነው አምላክ አለን (ቍጥር 20)። ስለዚህም ራሳችንን ከጣዖታት መጠበቅ አለብን (ቍጥር 21)።

4. በዮሐንስ 17÷3 ያለውን ክፍል ማብራራት የሚኖርብን በሌሎች የመጽሐፍ ቅዱስ ክፍሎች ውስጥም ሆነ በዚህ ዐውድ "እውነተኛ አምላክ" የሚለው ገለጻ ሥራ ላይ የዋለው በምን ትርጒሙ ነው የሚለውን ጒዳይ ግንዛቤ ውስጥ ባስገባ መልክ መሆን ይኖርበታል። አንዳንድ ሐያስያን እንደሚሉት ኢየሱስ አብን እውነተኛ ሲለው፣ ሌሎች አማልክት የሚፈልቁበት የአማልክት ምንጭ ለማለት ፈልጎ ሳይሆን፣ እርሱ ብቻ እውነተኛ እንደ ሆነና ልጁም ኢየሱስ ክርስቶስ እርሱን ለማክበር ወደ ምድር እንደ መጣ በሚገልጽ መልኩ ነው። እግዚአብሔር አብ ያለልጁ ኢየሱስ ክርስቶስ ሊታወቅ እንደማይችል የዮሐንስ ክፍል ደጋግሞ ይገልጻል (ለምሳሌ የሚከተሉትን ክፍሎች ይመለከቷል ዮሐንስ 1÷18፤ 8÷19፤ 14÷6-7:9:23፤ 17÷25-26፤ 1ዮሐ. 2÷23፤ 5÷21)። በተለይ ዮሐንስ 17÷3 ከ1ዮሐንስ 5÷20 ጋር ያለው ንጽጽር እጅግ ወሳኝ ነው፤ ምክንያቱም የዘላለም ሕይወት የሚገኘው አብ እውነተኛ አምላክ እንደ ሆነ በማወቅ ብቻ ሳይሆን፣ ወልድም እውነተኛ አምላክ መሆኑን በማወቅ ጭምር ነው።

5. የሥላሴን አስተምህሮ የማይቀበሉ ሰዎች ዮሐንስ 17÷3፤ ላይ ትኩረት በማድረግ፣ ክፍሉ አብ ብቻ እውነተኛ

አምላክ እንደ ሆነ ስለሚናገር፣ ኢየሱስ እውነተኛ አምላክ አይደለም ይላሉ። ይህ ግን ስሕተት ነው ምክንያቱም ዮሐንስ በግልጽ ኢየሱስ ራሱ እውነተኛ አምላክ እንደ ሆነ ገልጾአል ዮሐንስ 1÷1:18፤ 20÷28፤ 1የሐንስ 5÷20-21። ኢየሱስ አባቱን እውነተኛ አምላክ ነህ ሲለው፣ እኔ እውነተኛ አምላክ አይደለሁም ማለቱ አይደለም። አንድ ነገር እውነት ነው ማለት ሌላው እውነት አይደለም ማለት አይደለም። ኢየሱስ አባቱን እውነተኛ ያለበት ምክንያት ከጣዖታት ጋር በተነጻጸረ መልኩ፣ ከእግዚአብሔር ውጪ እውነተኛ የሆነ አምላክ የለም ለማለት እንደ ሆነ ከላይ ለማየት ሞክረናል።

መ. አንድ እውነተኛ አምላክ ብቻ ካለ "አማልክት"[36] የተባሉት ሁሉ እውነተኛ አማልክት አይደሉም:- ዘዳ. 32÷21፤ 1ሳሙ. 12÷21፤ መዝ. 96÷5፤ ኢሳ. 37÷19፤ 41÷23-24:29፤ ኤር. 2÷11፤ 5÷7፤ 16÷20፤ 1ቆሮ. 8÷4፤ 10÷19-20።

ሠ. ስለዚህ "አማልክት" የተባሉት ሁሉ ከሐሰተኛ አምልኮዎች ጀርባ የሚሠሩ አጋንንት ናቸው እንጂ አምላክ አይደሉም:- ዘዳ. 32÷17፤ መዝ. 106÷37፤ 1ቆሮ. 10÷20፤ ገላ. 4÷8።

ረ. ሰዎች "እግዚአብሔርን ይመስላሉ" የተባለው በምን ትርጒሙ ነው?:—

1. ሰዎች "እግዚአብሔርን ይመስላሉ" ወይም "አምሳለ መለኮት ናቸው" ሲባል፣ የእግዚአብሔርን ግብረገባዊ ባሕርይ ተካፋዮች ናቸው ማለት እንጂ፣ አምላካዊ የሆነ የእግዚአብሔር ባሕርይ አላቸው ማለት አይደለም:- ዘፍ. 1÷26-27፤ 5÷1፤ 1ቆሮ. 11÷7፤ ኤፌ. 4÷24፤ ቈላ. 3÷10።

---

[36] "አምላክ" የሚለው ቃል የግእዝ ቃል ስለሆነ፣ የግእዙን ሰዋስው ተከትለን ስናረባው አማልክት ይሆናል። አምላኮች የሚለው ግን ጸያፍ አረባብ ነው (እንደ ቀደምቶቹ የአማርኛ ቋንቋ ምሁራን ማለቴ ነው)። ግእዝን በአማርኛው የቃላት አረባብ መንገድ አርብተነዋልና።

2. "ክርስቶስን መምሰል" ማለት የሚከተሉትን ሁለት ነጥቦች የሚያሳይ እንጂ፣ እንደ እርሱ አምላክ መሆን ይቻላል የሚል ትምህርት የለውም፡—
   ሀ) የግብረገባዊ ባሕርይው ተካፋይ መሆን፡- 1ዮሐ. 3÷2፤ ሮሜ. 8÷29፡፡
   ለ) ልክ እንደ እርሱ በከበረና በማይሞት የትንሣኤ አካል ከሙታን መነሣት ማለት ነው፡- ፊልጵ. 3÷21፤ 1ቆሮ. 15÷49፡፡
3. "የመለኮት ባሕርይ ተካፋይ መሆን" ማለት፣ ግብረገባዊ ባሕርይን የሚያመለክት ነው ("ከክፉ ምኞት የተነሣ በዓለም ካለው ምግባረ ብልሹ ሕይወት አምልጣችሁ ከመለኮታዊ ባሕርይ ተካፋዮች እንድትሆኑ በእነዚህ ነገሮች አማካይነት እጅግ ታላቅና ክቡር የሆነውን ተስፋ ሰጥቶናል")፡— 2ጴጥ. 1÷4 እንዲሁም የሚከተሉትን ክፍሎች ይመለከቷል ዕብ. 12÷10 "ተካፋዮች" የሚለውን ቃል ትርጉም ለማወቅ የሚከተሉትን የመጽሐፍ ክፍሎች ይመለከቷል 1ቆሮ. 10÷18: 20፤ 2ቆሮ. 1÷17፤ 1ጴጥ. 5÷1፡፡

ሰ. ታላላቅ ወይም እጅግ ከፍ ያሉ ሰዎች አማልክት ናቸውን?

1. ቃለ እግዚአብሔር ሰዎች አማልክት ናቸው አይልም፡፡
2. ታላቅ ወይም እጅግ ከፍ ያሉ ሰዎች አማልክት አይደሉም፡- ሕዝ. 28÷2: 9፤ ኢሳ. 31÷3፤ 2ተሰሎ. 2÷4፡፡
3. ሰዎችና እግዚአብሔር የተለያዩ ናቸው፡- ዘኍ. 23÷19፤ 1ሳሙ. 16÷7፤ 1ዜና 29÷1፤ ኢዮብ 32÷13፤ መዝ. 56÷4:11፤ ምሳ. 3÷4፤ ኢሳ. 31÷3፤ ሕዝ. 28÷2:9፤ ሆሴዕ 11÷9፤ ማቴ. 19÷26፤ ዮሐ. 10÷33፤ ሐሥ. 12÷22፤ 1ቆሮ. 14÷2፡፡
4. ሙሴ "እንደ እግዚአብሔር" ወይም "በእግዚአብሔር ፋንታ" ነበር እንጂ እግዚአብሔር አልነበረም፡— ዘፀ. 4÷16፤ 7÷1፡፡
5. አንዳንድ የእንግሊዝኛ ቅጆች፣ ሕዝቅኤል 32÷21 ተዋጊዎችን ወይም ወታደሮችን፣ "ኃያላን አማልክት" ("mighty gods") ብለዋቸዋል፡፡ ነገር ግን ዐውዱን

ስንመለከት እንዲህ ዐይነቱ ስያሜ የተሰጣቸው እግዚአብሔርን በማያውቁ አረማውያን/አሕዛብ መንግሥታት እንጂ፣ በእግዚአብሔር ሕዝብ ወይም በእስራኤላውያን አልነበረም፤ የሚከተሉትን ክፍሎች ይመለከቷል:— ሕዝ. 28÷2:9::

6. በኦሪት ዘፀአት ወንጀል የሠራ ሰው የሚቆመው በእግዚአብሔር ፊት እንጂ በዳኞች ፊት አይደለም:: አንዳንድ ትርጒሞች በተሳሳተ መንገድ ዳኞቹን እግዚአብሔር (በዕብራይስጡ ኤሎሂም—אֱלֹהִים) በማለት በተሳሳተ መንገድ ተርጒመዋቸዋል:- ዘፀ. 22÷8-9:28 ከ ዘዳ. 19÷17 ጋር ያነጻጽሯል::

7. በመዝሙር 82 ላይ አማልክት (በዕብራይስጡ ኤሎሂም) የሚለው ቃል፣ ቅን ያልሆነ ፍርድ የሚበይኑትን የእስራኤል ዳኞች የሚያመለክት እንጂ፣ ሰዎች አማልክት ናቸው ማለቱ አይደለም፤ ኢየሱስ በዮሐንስ 10÷34-36 ይህን ክፍል ጠቅሶ መናገሩ ይህንኑ እውነት የሚያስረግጥ ነው::

    ሀ) እነዚህን ዳኞች/ፈራጆች ኤሎሂም ያላቸው አሳፍ እንጂ እግዚአብሔር አይደለም መዝ. 82÷1:6::

    ለ) አሳፍ በቍጥር 6 ላይ "እናንተ አማልክት ብትሆኑም...እንደ ማንኛውም ሰው ትሞታላችሁ" ሳይሆን፣ "እኔም እናንተ አማልክት ናችሁ፤ ሁላችሁም የልዑል ልጆች ናችሁ አልሁ:: ነገር ግን እንደ ማንኛውም ሰው ትሞታላችሁ፤ እንደ ማንኛውም ገዢ ትወድቃላችሁ" ነው ያለው::

    ሐ) ስለዚህ ዘማሪው አሳፍ እነዚህን ዐመፀኛ ፈራጆች "አማልክት ናችሁ (gods)" "የልዑል እግዚአብሔር ልጆች ናችሁ" (ቍ. 6) አላለም::

መ) ስለዚህ መዝሙር 82÷1 ፈራጆቹን ኤሎሂም ያላቸው በምፀት[37] መልክ ነው:: የተሰጣቸውን ኀላፊነት በትክክል የተወጡ ሰዎች አይደሉም (ከላይ በቍጥር 5 ላይ የተጻፈውን ይመለከቷል):: ኀላፊነታቸውን በትክክል ስላልተወጡም አሳፍ በምፀት መልክ ኤሎሂም ወይም አማልክት (gods) ናችሁ፤ ነገር ግን ትሞታላችሁ፤ በእውነተኛውም ኤሎሂም ፍርድ ሥር ትወድቃላችሁ ይላቸዋል (ቍጥር 1-2:7-8)::

ሠ) ኢየሱስ ክርስቶስ፣ በዮሐንስ 10÷34-36 ላይ መዝሙር 82÷1 ጠቅሶ መናገሩ ይህን ትንተና የሚጻረር አይደለም::

ረ) "መጽሐፉ ሊሻር አይችልምና" ማለት "መጽሐፉ ያለአንዳች ተፈጻሚነት እንዲሁ በከንቱ አይቀርም" ማለት ነው (ዋቢ ይሆኑ ዘንድ የሚከተሉትን ክፍሎች ይመለከቷል ዮሐንስ 7÷23፤ ማቴዎስ 5÷17):: ስለዚህ ኢየሱስ ይህን ሲናገር፣ ለብሉይ ኪዳኑ ፈራጆች በምፀት መልክ የተሰጠው ነገር ለእኔ በቀጥታ ይውላል ማለቱ ነው፤ ምክንያቱም እነርሱ መፈጸም ያቃታቸውን እርሱ ፈጽሞታል እንዲሁም ሆኖታልና (አስረጅ ይሆን ዘንድ በአዳምና በኢየሱስ መካከል የተካሄደውን ንጽጽር በሮሜ 5÷12-21፤ እንዲሁም 1ቆሮንቶስ 15÷21-22:45 ይመለከቷል፤ ይህም ንጽጽር በብሉያትና በሐዲሳት መካከል ሰብአውያንንና ክርስቶስን ያወዳደረ ንጽጽር ነው)::

---

[37] አንድን ቃል ቀጥተኛ ከሆነው ትርጕሙ ውጪ ተቃራኒ በሆነ መንገድ በመጠቀም ሐሳብን መግለጥ ምፀት (irony) ይባላል:: የሽሙጥ፣ የአግቦ፣ የአሽሙር ወይም የሽርደዳ ንግግር ማለት ነው::

ሰ) በርካታ የእንግሊዝኛ ቅጆች “የእግዚአብሔር ቃል የመጣላቸውን አማልክት ካላቸው” ብለው ሳይሆን፣ “የእግዚአብሔር ቃል የመጣባቸውን አማልክት ካላቸው” ብለው ነው የተረጐሙት “those against whom the word of God came”:: ይህ የሚያሳየን ቃሉ “ለአማልክት” ተብዬዎቹ የፍርድ ቃል እንደ ሆነ ነው:: ይህም አማልክቱ በትክክል አማልክት ናቸው ማለት ሳይሆን፣ ሐሰተኞች አማልክት መሆናቸውን የሚያሳይ ነው::

ሸ) በአጠቃላይ እነዚህ ክፉ ሰዎች፣ በተፈጥሮአቸው፣ “እግዚአብሔርን የሚመስሉ” ወይም “መለኮት የሆኑ” ሰዎች አይደሉም:: ስለዚህ ኤሎሂም (አማልክት) የሚለው ቃል በቀጥታ ሳይሆን፣ በተምሳሌታዊ አገላለጽ (as figurative) መተርጐም አለበት::

8. ሰዎች አማልክት (gods) ቢባሉ እንኳ (ቃለ እግዚአብሔር አይላቸውም)፣ ሰዎች አማልክት መባላቸው ኢየሱስ አምላክ ከመባሉ ጋር የሚነጻጸር አይደለም፤ ምክንያቱም ኢየሱስ ከፍጥረተ ዓለም በፊት አምላክ ነበርና (ዮሐንስ 1÷1-3)::

ሸ. መላእክት አማልክት ናቸውን?

1. ቃለ እግዚአብሔር አንድም ቦታ ላይ መላእክትን አማልክት ናቸው አይልም::
2. አጋንንት አማልክት አይደሉም:: በሚከተሉት ክፍሎች ውስጥ 1ቆሮ. 10÷20፤ ገላትያ 4÷8 አማልክት “ነያላን መናፍስት” መባላቸው መላእክትን አማልክት ናቸው እንድንል አያሰኘንም:: “ነያላን መናፍስት” ማለት አማልክት ማለት አይደለምና::
3. ስለዚህ ሰይጣን ሐሰተኛ አምላክ ነው 2ቆሮ. 4÷4::

4. መዝሙር 8÷5 መላእክት አማልክት እንደ ሆኑ አያስተምርም።

ሀ) ዕብራውያን 2÷7 ከመዝሙር 8÷5 በቀጥታ የተጠቀሰ ሳይሆን ሐሳቡ ነው የተወሰደው (ለምሳሌ የሚከተሉትን ክፍሎች ይመለከቷል መዝሙር 68÷18 ከኤፌሶን 4÷8 ጋር ያነጻጽሩ)። በመዝሙር 8÷5 መሠረት ኤሎሂም ማለት አምላክ ማለት እንጂ፣ መላእክት ማለት አይደለም፤ ምክንያቱም መዝሙር 8÷3-8 የዘፍጥረት 1÷1:8:16:26-28 ተነጻጻሪ ነውና። ዘማሪው በክፍሉ ዐውድ የሰው ልጅ በፍጥረተ ዓለም ውስጥ እጅግ ከፍተኛውን ስፍራ የያዘ መሆኑን የሚያስተምር ሲሆን፣ በአንጻሩ የዕብራውያን መልእክት ግን፣ ኢየሱስ ሰው በመሆን (ባጭር ቁመት በጠባብ ደረት ተወስኖ በዚህች ምድር ላይ መገለጡ) ዝቅተኛውን ስፍራ መውሰዱን ያሳያል። ስለዚህ የዕብራውያን መልእክት ጸሓፊ መዝሙርን ሲያጣቅስ፣ መላእክት አማልክት ናቸው በሚል መንፈስ አይደለም።

ለ) ኢየሱስ መልአክ ከሆነ የዕብራውያን ጸሓፊ መላእክት ይሰግዱለታል እንዴት ሊል ይችላል (ዕብራውያን 1÷8 ጋር 2÷7 ያነጻጽሯል)?

ሐ) ምንም እንኳ ዕብራውያን 2÷7 መላእክትን አማልክት ቢልም "gods" ከዕብራውያን 1-2 ዐውድ ላይ ያሉት መላእክት፣ ትክክል ባልሆነ ሁኔታ ራሳቸውን ከክርስቶስ በላይ ያደረጉ ናቸው። ዕብራውያን 1÷6 ከመዝሙር 97÷7 የተጠቀሰ ሲሆን፣ ይህ የመዝሙር ክፍል ስለ ሐሰተኛ አማልክት የሚናገር ነው። ስለዚህ ዕብራውያን 1÷6 እና ቈላስይስ 2÷16 አማልክትን ማምለክ ስሕተት እንደ ሆነ የሚገልጹ ክፍሎች ናቸው።

5. ሌሎችም የመዝሙር ክፍሎች መላእክትን እንደ አማልክት ወይም እንደ “አማልክት ልጆች” የሚገልጹ ከሆነ፣ እየገለጿቸው ያለው እንደ ሐሰተኛ አማልክት ነው:: ለምሳሌ:- መዝሙር 29÷1፤ 86÷8-10፤ 89÷6፤ 95÷3፤ 96÷4-5፤ 97÷7-9:: የሰብዐ ሊቃናት ትርጕም[38] እነዚህ ሐሰተኛ አማልክት “መላእክት” እንደ ሆኑ ይገልጻል:- መዝሙር 135÷5፤ 136÷2፤ 138÷1፤ እንዲሁም ከሚከተሉት ክፍሎች ጋር ያነጻጽሩ ዘፀአት 15÷11፤ 18÷11፤ ዘዳግም 10÷17፤ 1ዜና 16÷25፤ 2ዜና 2÷5::

6. መላእክት አማልክት ቢባሉም እንኳ፣ (እስካሁን ያየናቸው ማስረጃዎች አማልክት እንዳልሆኑ የሚያመለክቱ ናቸው) ይህ ጉዳይ ከኢየሱስ አምላክነት ጋር አብሮ የሚሄድ አይደለም፤ ምክንያቱም ኢየሱስ መልአክ አይደለም፤ ነገር ግን መላእክት ፈጣሪያቸው፣ ጌታቸውና አምላካቸው አድርገው የሚሰግዱለት የእግዚአብሔር ልጅ ነው (ዕብራውያን 1÷1-13)::

ሸ. የብዙ ቍጥር የሚያመለክተው ኤሎሂም የሚለው ስያሜ አምላክ ወይም አማልክት የሚለውን ትርጓሜ ሊወክል ይችላልን (በዕብራይስጡ ኤሎሂም—אֱלֹהִים)?

1. ኤሎሂም የሚለው ስም በሰዋስው ደረጃ የብዙ ቍጥርን ማመልከቱ እሙን ነው:: ከዚህም የተነሣ በዕብራይስጥ

---

[38] በሁለተኛውና በሦስተኛው ምዕት ዓመት ቅድመ ልደተ ክርስቶስ ላይ ከምድረ ፍልስጥኤም/ከፓለስቲና ውጪ ለሚኖሩ የግሪክ ቋንቋ ተናጋሪ አይሁድ እንዲያገለግል ታስቦ ከዕብራይስጥ ወደ ግሪክ ቋንቋ የተተረጐመው የብሉይ ኪዳን መጻሕፍት ቅጅ የሰብዐ ሊቃናት ትርጕም (Septuagint) በመባል ይታወቃል (የሰብዐ ሊቃናተ ትርጕም በዕብራውያን ቀኖና ውስጥ ያልታቀፉ አንዳንድ መጻሕፍትንም መያዙን ልብ ይሏል):: ሰብቱዋጄንት የሚለው የእንግሊዝኛ ስያሜ የመጣው ሰብቱዋጄንታ (septuaginta) ከሚለው የላቲን ቃል ሲሆን፣ ትርጕሙም “ሰባ” ነው:: ይህ ስያሜ መጻሕፍትን ከዕብራይስጥ ወደ ግሪክ ቋንቋ የመለሱት ተርጓምያን በአይሁድ ሊቀ ካህናት የተሾሙ ሰባ ወይም ሰባ ሁለት ሊቃውንት ናቸው የሚል እምነት ስላለ ነው:: የሰብዐ ሊቃናት ትርጕም የሚለው ነባር የአማርኛ ስያሜ የተወሰደው ከዚሁ የላቲን ስያሜ ነው:: የሰብዐ ሊቃናት ትርጕም በአኅጽሮት (LXX) ተብሎ ይጻፋል::

ቋንቋ ሰዋስው የብዙ ቁጥር ግሥ፣ ቅጽል፣ ተውላጠ ስም ይወስዳል አማልክትን በሚያሳይበት ጊዜ ግን የሚያመለክተው የሐሰት አማልክትን ነው ለምሳሌ የሚከተሉትን ክፍሎች ይመለከቷል (ዘፀ. 20÷3፣ ዘዳ. 5÷7፣ 1ሳሙ. 4÷8፣ 1ነገ. 19÷2፣ ኢሳ. 42÷17)። ነገር ግን እውነተኛውን የእስራኤልን አምላክ በሚያመለክትባቸው ቦታዎች ግን ኤሎሂም የሚለው ስም ነጠላ ግሥ፣ ነጠላ ቅጽል እንዲሁም ተውላጠ ስም ይወስዳል። ለምሳሌ ዘፍጥረት 1÷1 ላይ ኤሎሂም የሚለው ስም የብዙ ቁጥር ቢሆንም ግሡ ግን ነጠላ ቁጥር ነው። በርካታ የዕብራይስጥ ቋንቋ ሊቃውንት ኤሎሂም የሚለው የብዙ ቁጥር ለእስራኤል አምላክ ጥቅም ላይ መዋሉ ሙሉዕነቱን የሚያመለክት ነው ባዮች ናቸው።

2. ብሉያት ኤሎሂም የሚለውን ስያሜ ለነጠላ አማልክትም ተጠቅመውበታል። ለምሳሌ አስታሮት፣ ላካሞሽ፣ ሞሎክ (1ነገ. 11÷5:33)፣ ይህ ደግሞ ኤሎሂም የሚለው ስያሜ ብዝኀነት ለሌለው ለነጠላ አምላክም የሚያገለግል እንደ ሆነ የሚያሳይ ነው (የሚከተሉትን ክፍሎች ይመለከቷል መሳፍንት 6÷31፣ 11÷24፣ 16÷23:24፣ 1ሳሙ. 5÷7፣ 1ነገ. 18÷24:25፣ 2ነገ. 1÷2:3:6:16፣ 19÷37)።
3. የሰብዓ ሊቃናት ትርጕም (ሰብቱዋጀንት) ኤሎሂም የሚለውን ስም *ቴዎስ* (θεὸς ማለትም አምላክ ወይም እግዚአብሔር) በሚል ነጠላ ስም ነው የተረጐመው። ለምሳሌ የሚከተሉትን ክፍሎች ይመለከቷል ዘዳ. 6÷13 በማቴዎስ 4÷10 እንዲሁም በሉቃስ 4÷8፣ ዘዳግም 6÷16፣ በማቴዎስ 4÷7 እንዲሁም በሉቃስ 4÷12፣ ዘፀ. 3÷6፣ በማቴዎስ 22÷32፣ በማርቆስ 12÷26፣ በሉቃስ 20÷37፣ መዝ. 22÷1፣ በማቴዎስ 27÷46፣ በማርቆስ 15÷34።
4. ኤሎሂም የሚለው የብዙ ቁጥር መሆኑ ሥላሴን አመላካች ነው የሚሉ ሊቃውንት እንዳሉ ሁሉ ይህን

ሐሳብ የሚቃወሙም ምሁራን አሉ። ከብዙ አቅጣጫ ሲታይ ይህን ስም ለሥላሴ ማስተማሪያነት ባንጠ ቀምበት ተመራጭ ነው። ምክንያቱም ወደዚያ ድምዳሜ የሚያሳይ ጠንካራ ማስረጃ የለምና።

ማጠቃለያ:— አንድ እውነተኛ አምላክ ወይም እግዚአብሔር ብቻ ካለ፣ የተቀሩት አማልክት ግን ሐሰተኞች ናቸው ማለት ነው። ሰዎችም ሆኑ መላእክት አማልክት አይደሉም፤ አማልክት ሊሆኑም አይችሉም። እንደ እግዚአብሔር ያለ ማንም የለም። ቃለ እግዚአብሔር በተደጋጋሚና በግልጥ የሚነግረን ይህን እውነት ከሆነ፣ ፈጣሪያችን እግዚአብሔር አንድ ብቻ ነው ብሎ ማመን ርቱዕ ማለትም እውነተኛ ሃይማኖት ነው።

II. ይህ አንዱ አምላክ በብሉይ ኪዳን ያህዌ በሚል ስም ይታወቅ ነበር።

ሀ. ይህ አንዱ አምላክ በብሉይ ኪዳን ያህዌ (יְהוָה) በሚል ስም ተጠርቶአል ።

1. በርካታ የብሉይ ኪዳን ምንባባት እግዚአብሔር ኤሎሂም (אֱלֹהִים) ወይም ኤል (אֵל) ተብሎ እንደተጠራ ያስረዳሉ፣ ዘዳ. 4÷35:39፤ ኢያ. 22÷34፤ 1ነገ. 8÷60፤ 18÷21:39፤ መዝ. 100÷3፤ 118÷27 ወዘተ።
2. እግዚአብሔር ያህዌ ኤሎሂም (יְהוָה אֱלֹהִים) በሚል ጥምረተ ስሞች እንደ ተጠራ ያስተምራሉ፣ ዘፍ. 2÷4-9:15-22፤ 3÷1:8-9:13-14:21-23፤ ዘፀ. 9÷30፤ መዝ. 72÷18፤ 84÷11፤ ኢያሱ 4÷6።
3. አንድ ያህዌ (יְהוָה) ብቻ አለ፣ ዘዳ. 6÷4፤ ማር. 12÷29።
4. የብሉይና የሐዲስ ኪዳን ቅዱሳት መጻሕፍት ከአንድ በላይ የሆነ እውነተኛ አምላክ እንዳለ አይናገሩም፤ ዓለማት ከአንድ በላይ በሆኑ አማልክት እንደ ተፈጠሩ አይገልጹም፤ አምልኮ የሚገባቸው ከአንድ በላይ የሆኑ አማልክት እንዳሉ አያስረዳም፤ ወይም ያህዌ ከበርካታ

እውነተኛ አማልክት መካከል አንዱ ነው አይልም:: እንዲያውም መጽሐፍ ቅዱስ ይህን መሰሉን ገለጻ በቀጥታ ይቃወማል፣ ዘዳ. 5÷6-10፤ 6÷4-5:13፤ ኢሳ. 43÷10፤ 44÷6-8:24 ወዘተ::

5. ማጠቃለያ:— ያህዌ (יְהוָה) ብቸኛ አምላክ ነው:: ብቻውን ኤል (אֵל) ብቻውንም ኤሎሂም (אֱלֹהִים) ነው::

ለ. አንድ አምላካዊ ባሕርይ/ኑባሬ ነው ያለው::

1. እግዚአብሔር ራሱን በመጀመሪያ መደብ ተውላጠ ስም እኔ ሲል ጠርቶአል፣ ለምሳሌ የሚከተሉትን ምንባባት ይመለከቷል ዘፍ. 1÷5:10፤ ዘፀ. 3÷6:12-14፤ 20÷7፤ ዘዳ. 32÷39፤ 1ነገ. 18÷39፤ መዝ. 23÷2-3::

2. እግዚአብሔር ከሰብአውያን ጋር ወይም ከፍጥረቱ ጋር በሚናገርበት ጊዜ፣ ራሱን በመጀመሪያ መደብ ተውላጠ ስም "እኔ" እያለ ነው የተናገረው:: ለምሳሌ "እኔ እግዚአብሔር ነኝ":: "እኔ አምላካችሁ እግዚአብሔር ነኝ" ወዘተ:: ለምሳሌ የሚከተሉትን ምንባባት ይመለከቷል ዘፀ. 3÷14፤ 20÷2፤ ዘዳ. 5÷6::

ሐ. ይህ እውነት እንደ ሆነው ሁሉ መጽሐፍ ቅዱስ አንድ መለኮታዊ አካል ብቻ አለ አይልም::

1. ዕብራውያን 1÷3 ኪንግ ጀምስ የሚባለው የእንግሊዝኛ መጽሐፍ ቅዱስ ትርጉም ሃይፖስታሲስ (ὑπόστασις) የሚለውን የግሪክ ቃል አካል (በእንግሊዝኛ person) ብሎ ነው የተረጐመው:: ይህ ስሕተት ነው ምክንያቱም ሃይፖስታሲስ የሚለውን የግሪክ ቃል ሁሉም የኮይኔ ግሪክ መዝገበ ቃላት ባሕርዮት (substance, nature, essence) ሲሉ ነው የተረጐሙት:: እንዲሁም በዕብራውያን 1÷3 ላይ ቃሉ የሚያመለክተው አብን ከመሆኑም ባሻገር በዕብራውያን 11÷3 ላይ "ሃይፖስታሲስ" (ὑπόστασις) የሚለውን የግሪክ ቃል ኪንግ ጀምስ እግዚአብሔር ብሎ ነው የተረጐመው::

2. ኢዮብ 13÷8 ላይ የኪንግ ጀምስ ፊቱ ወይም የእርሱ ፊት (פָּנָה) የሚለውን የዕብራይስጥ ቃል አካል (በእንግሊዝኛ person) ብሎ ተርጉሞታል። ይህ ስሕተት ነው ምክንያቱም የዕብራይስጡ ቃል አካል ተብሎ የሚተረጐምበት አንዳችም አማራጭ ትርጓሜ የለውም።

መ. ይህ እውነት እንደ ሆነው ሁሉ መጽሐፍ ቅዱስ አንድ መለኮታዊ አካል ብቻ አለ አይልም።

1. መጽሐፍ እግዚአብሔርን በነጠላ ቁጥር ተውላጠ ስም (እኔ፣ እርሱ ወዘተ) እያለ ጠቅሷል። ይህም ትክክል ነው፤ ምክንያቱም እግዚአብሔር የራሱ ማንነት ያለው አምላክ ነው፤ ነገር ግን በነጠላ ቁጥር ተውላጠ ስም መጠቀሱ እግዚአብሔር ሦስት አካላት እንዳለው ከሚያስተምሩት የቃለ እግዚአብሔር ምንባቦች ጋር የሚጣረስ አይደለም፤ ምክንያቱም እነዚህ አካላት እርስ በርሳቸው የሚለያዩ/ልይዩ (separate) አይደሉምና።

2. ቢያንስ በሦስት ቦታዎች ላይ፣ እግዚአብሔር ራሱ የብዙ ቁጥር ተውላጠ ስሞችን ተጠቅሟል (ዘፍጥረት 1÷26፤ 3÷22፤ 11÷7)። ትምህርተ ሥላሴን የማይቀበሉ ሰዎች ለእነዚህ ምንባባት የተሳሳተ ትንታኔ ያቀርባሉ።

   ሀ) በዘፍጥረት 1÷26 ላይ "በመልካችን እንፍጠር" የሚለው ቃል መላእክትን ሊያመለክት አይችልም፤ ምክንያቱም ቁጥር 27 ላይ የፈጠረው እግዚአብሔር እንጂ፣ መላእክት እንደ ሆኑ አያሳይም። እንዲሁም 3÷22 "ከእኛ እንደ አንዱ ሆነ" የሚለው ቃል 3÷5 ላይ "እንደ እግዚአብሔር" ይላልና። ስለዚህ በዚህ ቦታ ከእኛ የሚለው ቃል መላእክትን ያሳያል የሚለው ትንታኔ ዐውዱን የተከተለ አይደለም። በዘፍጥረት 11÷7 "ኑ እንውረድ . . . ቋንቋቸውን በዚያ እንደባልቀው" የሚለው ገለጻ

መላእክትን እንደማያካትት ቀጣዮቹ ቊጥሮች ያስረዳሉ፣ "እግዚአብሔር ከዚያ በመድር ሁሉ ላይ በተናቸው፤ ከተማዪቱንም መሥራት ተው...እግዚአብሔር በዚያ የምድርን ቋንቋ ሁሉ ደባልቋልና፤ ከዚያም እግዚአብሔር በምድር ሁሉ ላይ እነርሱን በትኖአቸዋል" (ቊጥር 8-9)፡፡ ቋንቋን የደባለቀው እንዲሁም የበተናቸው እግዚአብሔር እንጂ መላእክት አይደሉም፡፡ እግዚአብሔር የሰው ልጆችን ሲፈጥር መላእክት አብረውት እንደ ነበሩ ፍንጭ ጠቋምያን ምንባባት አሉ (ለምሳሌ ኢዮብ 38÷4-7)፡፡ ነገር ግን በመፍጠሩ ሂደት ውስጥ መላእክት ድርሻ እንዳላቸው የሚናገር አንዳችም የመጽሐፍ ቅዱስ ክፍል የለም፡፡

ለ) "ሥነ ጽሑፋዊ ብዙነት" ("literary plural")[39] የሚያመለክት ነው የሚለው ትንተና የሚያስኬድ አይደለም፤ ምክንያቱም እግዚአብሔር እየተናገረ እንጂ እየጻፈ አይደለም፡፡ በጽሑፍም ቢሆን፣ እንደ ሐዋርያው ጳውሎስ ባሉ ጽሑፎች ውስጥ ይህ ጉዳይ በውል አይስተዋልም፡፡

ሐ) "ሆንታ ብዙነት" ("plural of deliberation")[40] የሚያመለክት ነው (ለምሳሌ "ደኅና ነን") የሚለውም ትንተና ብዙ የሚያስኬድ አይደለም፤ ይህ ጉዳይ በቅዱሳት መጻሕፍት ውስጥ በግልጥ ተጠቅሶ አንመለከትም፤ ይህም ጉዳይ ዘፍጥረት

---

[39] አንድ ሰው ጽሑፍ ሲጽፍ ራሱን ብዙ ቊጥር አድርጎ ሲያቀርብ፣ "ሥነ ጽሑፋዊ ብዙነት" ("literary plural") ይባላል፡፡ በተለይ በአማርኛ ሥነ ጽሑፍ፣ ጸሓፍያን ራሳቸውን በብዙ ቊጥር መግለጻቸው የተለመደ ነው፡፡

[40] በንግግር ውስጥ አንድ ሰው ሆነ ብሎ ራሱን በብዙ ቊጥር ሲያቀርብ "ሆንታ ብዙነት" ("plural of deliberation") ይባላል፡፡ ለምሳሌ "እንደምን ነህ" ሲባል፣ "ደኅና ነን" ብሎ መልስ እንደሚሰጠው ማለት ነው፡፡

3÷22 ("ከእኛ እንደ አንዱ") **የሚለውን የሚያብራራ አይደለም።**

መ) "የሙሉነት ብዙነት" ("plural of amplitude" or of "fullness")[41] **የሚያመለክት ነው (ይህ ጉዳይ ምናልባት እግዚአብሔር የሚለውን የነጠላ ቊጥር ስም ኤሎሂም የሚለውን የብዙ ቊጥር ስም ሊያብራራ ይችል ይሆናል) የሚለውም ትንተና ትክክል አይመስልም፤ ምክንያቱም ይህ ጉዳይ በብዙ ቊጥር ተውላጠ ስም ላይ እውን ሊሆን ያለመቻሉ ብቻ ሳይሆን፣ ዘፍጥረት** 3÷22 **እንዲሁም** 11÷7 **የማብራራት ዐቅም አይኖረውም።**

ሠ) "የግርማዊነት ብዙነት" "plural of majesty"[42] **የሚያመለክት ነው የሚለው ጉዳይ ከ**1**ነገሥት** 12÷9፤ 2**ዜና** 10÷9 **በተለይም ከዕዝራ** 4÷18 **አንጻር ሲታይ ሊያስሄድ ይችላል ነገር ግን በእርግጠኛነት መናገር አይቻልም፤ እንዲሁም ዘፍጥረት** 3÷22 **እንዲሁም** 11÷7 **ማብራራት አይችልም።**[43]

---

[41] "የሙሉነት ብዙነት" ("plural of amplitude" or of "fullness") የእግዚአብሔርን ፍጹም ምሉዕነት ለማመልከት ሲባል በንግግርም ሆነ በጽሑፍ እግዚአብሔርን ብዙ ቊጥር አድርጎ ማቅረብን ይመለከታል።

[42] "የግርማዊነት ብዙነት" "plural of majesty" የሚባለው ደግሞ፣ ነገሥታት ራሳቸውን በብዙ ቊጥር የመግለጻቸውን ጉዳይ የሚያመለክት ነው። ለምሳሌ ቀዳማዊ ኀይለ ሥላሴ ራሳቸውን፣ "እኛ" ሲሉ ይገልጹ እንደ ነበር ልብ ይሏል። ብሉያትም ሆነ ሐዲሳት በተጻፉበት ዘመን ነገሥታት ራሳቸውን በዚህ መልኩ ሲያቀርቡ አልታየም። አንዳንድ ሰዎች ወይም ድርጅቶች በሙግታቸው ውስጥ ከላይ ያየናቸውን ክፍሎች በተመለከተ፣ "የግርዊነት ብዜት" ነው ሲሉ ይታያል። ይህ ግን መጽሐፍ ቅዱስን በተጻፈበት መቼት/ዘመን ውስጥ ያለማንበብን ችግር የሚያሳይ ነው። በተለይ በዕብራይስጥ ቋንቋ ይህ ጉዳይ ፍጹም ባዕድ ነው።

[43] ግርማዊ ብዙነት በተመለከተ የተጠቀሱትን የመጽሐፍ ቅዱስ ክፍሎች፣ ስመ ጥር በሚባሉት የእንግሊዝኛ የመጽሐፍ ቅዱስ ትርጕሞች ላይ ይመለከቷል።

ሰ. እግዚአብሔር ፍጹም ልዩና የሰዎች አእምሮ ከሚረዳው በላይ ምጡቅ መሆኑ እነዚህን የነጠላና የብዙ ቍጥር መረጃዎች በጥንቃቄ እንድንመረምራቸው የግድ ይለናል::

1. አንድ አምላክ ብቻ ካለ አንድነቱ ልዩ ያደርገዋል፣ I. ሀ. ይመለከቷል::
2. እንደ እግዚአብሔር ያለ ማንም የለም I. ለ. ይመለከቷል::
3. የሰው ልጅ እግዚአብሔርን ሙሉ በሙሉ ሊረዳው አይችልም፣ ኢሳይያስ 40÷18:25፤ 1ቆሮንቶስ 8÷2-3::
4. እግዚአብሔርን ልንረዳው የምንችለው ልጁ ኢየሱስ ክርስቶስ በገለጠልን መጠን ብቻ ነው፣ (ማቴዎስ 11÷25-27፤ ዮሐንስ 1÷18)::
5. ተምሳሌታዊ አገላለጾች እግዚአብሔርን ለመግለጥ የሚያገለግሉ ናቸው፣ ሕዝቄል 1÷26-28፤ ራእይ 1÷13-16::
6. እግዚአብሔር ከዓለማት ሁሉ በላይ ምጡቅ (transcendent) እንዲሁም ከዓለማት ፍጹም የተለየ ነው፤ ይኸውም አናጺ ከሚሠራው ወንበር እንደሚለይ::
   ሀ) ከዓለማት ይለያል፡— ኢሳይያስ 40÷22፤ ሐዋርያት ሥራ 17÷24::
   ለ) ከዓለማት ጋር ተነጻጽሮአል፡— መዝሙር 102÷25-27፤ 1ዮሐንስ 2÷15-17::
   ሐ) የዓለማት ፈጣሪ ነው፡— ዘፍጥረት 1÷1፤ መዝሙር 33÷6፤ 102÷25፤ ኢሳይያስ 42÷5፤ 44÷24፤ ዮሐንስ 1÷3፤ ሮሜ 11÷36፤ ዕብራውያን 1÷2፤ 11÷3::

III. የጌታችን የኢየሱስ ክርስቶስ አባት እግዚአብሔር ነው::

ትምህርተ ሥላሴን የማይቀበሉ ሃይማኖታዊ ድርጅቶች ሁሉ፣ እግዚአብሔር አብ አምላክ ነው በሚለው ነጥብ ላይ ተቃውሞ አያቀርቡ የአብ አምላክነት በብዙ የሃይማኖት ክፍሎች ተቀባይነት አለው:: ከዚህ የተነሣ በዚህ ክፍል ላይ ሰፊ ማብራሪያ

አላቀረብንም—ሁሉንም በሚያግባባ ጉዳይ ላይ ጊዜ ማጥፋት ስለማያስፈልግ።

ሀ. ግልጽ በሆኑ ዐረፍተ ነገሮች፡- ዮሐንስ 5÷18፤ 6÷27፤ 17÷1:3፤ 20÷17፤ 1ቆሮንቶስ 8÷6፤ 2ዮሐንስ 3 ወዘተ።

ለ. "የጌታችን የኢየሱስ ክርስቶስ አምላክና አባት" የሚሉት ገለጻዎች የአብን አምላክነት የሚመሰክሩ ናቸው፣ ሮሜ 15÷6፤ 2ቆሮንቶስ 1÷3፤ ኤፌ. 1÷3:17፤ ቈላ. 1÷3፤ 1ጴጥ. 1÷3፤ ራእይ 1÷6።

IV. ኢየሱስ ክርስቶስ አምላክ ነው

ሀ. ግልጽ በሆኑ ዐረፍተ ነገሮች

1. ኢሳይያስ 9÷6። ዕብራይስጡ አልጊቦር (אֵל גִּבּוֹר) የሚለውን ቃል የአማርኛ ቀጆች ኀያል አምላክ ሲሉ ተርጕመውታል። በዚህ ዐውድ ኢየሱስ ክርስቶስ ኀያል አምላክ እንደ ተባለው ሁሉ፣ እግዚአብሔር አብም ኀያል አምላክ ተብሎአል 10÷21። በእነዚህ ሁለት ቦታዎች ላይ ያለው ቃል አንድ ዐይነት ሆኖ ሳለ፣ የክርስቶስን አምላክነት የማይቀበሉ አንዳንድ ድርጅቶች ኢሳይያስ 9÷6 "ኀያል ጀግና" ("mighty hero") ብለው ተርጕመውታል፤ ይህ ስሕተት ነው። አንደኛ ትርጕማቸው ወጥነት የለውም፤ ሁለተኛ በዕብራይስጡ "ኤል" (אֵל) ማለት አምላክ ማለት ሲሆን፣ "ጊቦር" (גִּבּוֹר) ማለት ደግሞ ኀያል ማለት ነው። በተገናኝ "ኀያል አምላክ" ተብሎ ሊተረጐም ይገባው ነበር። ይህን ክፍል ከሕዝቅል 32÷21 አንጻር መመልከት ስሕተት ነው። ምክንያቱም (ሀ) ይህ ክፍል ከ10÷21 ጋር በተመሳሳይ ዐውድ ውስጥ የሚገኝ አይደለም። (ለ) ሕዝቅኤል 32÷21 የሚናገረው ስለ ሐሰተኛ አማልክት ነው፤ ከላይ ተራ ቍጥር I.ሰ.5. ይመለከቷል።
2. ዮሐንስ 1÷1። አንዳንዶች ይህን ክፍል፣ "a god" ብለው ተርጕመውታል፤ ይህ የተሳሳተ አተረጓጎም ነው። አንድ

እግዚአብሔር ካለ፣ ኢየሱስ እግዚአብሔር ነው ማለት ነው:: ነገር ግን "a god" ብሎ መተርጐም ስሕተት ነው:: ሌሎች ክፍሎች *ቴዎስ* (θεὸς) የሚለውን የግሪክ ቃል፣ በዚህ ቦታ ካለው የሰዋስው አወቃቀር ጋር አንድ ዐይነት የሆነ የሰዋስው አወቃቀር እግዚአብሔር ተብሎ "God" ተተርጕሞአል፣ ለምሳሌ ማርቆስ 12÷27፤ ሉቃስ 20÷38፤ ዮሐንስ 8÷54፤ ፊልጵስዩስ 2÷13፤ ዕብራውያን 11÷16:: በግሪክ ሰዋስው *ቴዎስ* (እግዚአብሔር—θεὸς) ከሚለው የግሪክ ቃል ፊት ውሱን[44] መስተአምር መኖርም ሆነ ያለመኖር አንዳችም የትርጕም ልዩነት አያመጣም:- ማርቆስ 12÷27፤ ሉቃስ 20÷37-38፤ ዮሐንስ 3÷2፤ 13÷3፤ ሮሜ 1÷21፤ 1ተሰሎንቄ 1÷9፤ ዕብራውያን 9÷14፤ 1ጴጥሮስ 4÷10-11::

3. ዮሐንስ **1÷18**:: እጅግ ጥንታዊና ተአማኒነት ያላቸው የግሪክ ቅጆች "አንድ ዐይነት ባሕርይ/ተፈጥሮ ያለው አምላክ" (μονογενὴς θεὸς) ይሉታል:: አብዛኛውን ጊዜ *ሞኖጌኔስ* የሚለው የግሪክ ቃል የተተረጐመው "አንድያ ልጅ" ተብሎ ነው:: መተርጐም የነበረበት ግን "አንድ ዐይነት ባሕርይ ያለው" "one of a kind" ወይም "ልዩ" "unique" ተብሎ ነበር:: አንድያ ልጅ ተብሎ ቢተረጐምም፣ የተወለደ አምላክ የሚል ትርጕም አይኖረውም::
4. ዮሐንስ **20÷28**:: ቶማስ፣ ኢየሱስን "አምላኬና ጌታዬ" ብሎታል (Ὁ κύριός μου καὶ ὁ θεός μου):: ይህ ክፍል የነጠላ ቍጥርን ቢያሳይም፣ የብዙ ቍጥር በማሳየት በራእይ 4÷11 ላይ ("አምላካችን") የሚለው አገላለጽ ከዚህ ክፍል ጋር ተመሳሳይ የሆነ የሰዋስው አወቃቀር ያለው

[44] እየተናገርሁ ያለሁት የግሪኩን ሰዋስው እንደ ሆነ ልብ ይሏል:: ምናልባት በአማርኛ ቋንቋ መስተአምርን ውሱንና ያልተወሰነ ብለን መክፈል አንችል ይሆናል፤ አብዛኛውን ጊዜ ውሱንነትን ስለሚያሳይ:: በእንግሊዝኛና መጽሐፍ ቅዱስ በተጻፈበት የግሪክ ቋንቋ (በኮይኔ ግሪክ) መስተአምር ውሱንና ያልተወሰነ ተብሎ በሁለት ይከፈላል::

ነው። ራእይ 4÷11 ክፍል ከዮሐንስ 20÷28 ጋር ያነጻጽሩ። እንዲሁም መዝሙር 35÷23 ይመለከቷል። ኢየሱስ ለቶማስ የመለሰውን መልስ ስንመለከት፣ ቶማስ ኢየሱስን አምላኬ ጌታዬ ነህ ማለቱ ስሕተት እንዳልነበረ እንረዳለን። በዮሐንስ 20÷17 ላይ አብ የኢየሱስ አምላክ ተብሎአል (ሰው በመሆኑ ምክንያት)፣ ነገር ግን ቶማስ በዚያው ምዕራፍ ላይ አምላኬ ማለቱ ቁጥር 17 ላይ በታየበት መልኩ እንዳይታይ የሚያደርገው ምክንያት ምንድን ነው? አብ፣ ወልድ ሰው በመሆኑ ምክንያት፣ የወልድ አምላኩ እንደ ሆነ ሁሉ፣ ወልድም የቶማስ አምላኩ ነው፤ ለቶማስ አምላኩ ከሆነ ደግሞ ለእኛ አምላካችን የማይሆንበት ምክንያት አይኖርም።

5. የሐዋርያት ሥራ 20÷28። "በደሙ የዋጃትን የእግዚአብሔርን ቤተ ክርስቲያን" የሚለው ዐረፍተ ነገር እግዚአብሔር በደሙ የዋጃት ራሱ እግዚአብሔር እንደ ሆነ የሚያስተምር ነው። የግሪክ አማራጭ ትርጕሞች "የጌታን ቤተ ክርስቲያን" ቢሉም ከመጀመሪያው ትርጕም ብዙም የራቀ አይደለም።
6. ሮሜ 9÷5። ይህ ብቸኛው የሰዋስው ትርጕም አይደለም፤ ሌሎች አማራጭ ትርጕሞችም ሊኖሩት ይችላል፤ ነገር ግን በመጽሐፍ ቅዱስ የተለመደው ቡራኬ፣ ይህንን ትርጕም እንድንከተል የሚያደርገን ነው፤ ይህም ክርስቶስ አምላክ እንደ ሆነ ያሳያል።
7. ቲቶ 2÷13። ሰዋስዋዊውም ሆነ ዐውዳዊ ትርጕሙ ኢየሱስ አምላክ እንደ ሆነ የሚያመለክት ክፍል ነው። ሻርፐስ በመባል የሚታወቀው የግሪክ የሰዋስው ሕግ (ማለትም ሁለት ስሞች "እና" (ግሪክ "ካይ") በሚለው አያያዥ ቃል ከተጣመሩና በመጀመሪያው ስም ፊት ውስን መስተአምር (the) ኖሮ ሁለተኛው ስም ላይ ውስን መስተአምር ከሌለ፣ ዐረፍተ ነገሩ የሚያወራው ስለአንድ ጉዳይ ብቻ ነው፤ ስለዚህም ሁለቱም ስሞች ወይም

ቅጽሎች አንድን ነገር የሚያመለክቱ ናቸው) ኢየሱስ "ታላቅ አምላክ እንዲሁም መድኀኒት" እንደ ሆነ የሚያመለክት ነው:: ከዚህ ዐረፍተ ነገር ጋር ተመሳሳይ የሰዋስው አወቃቀር ያላቸው በርካታ ክፍሎች ቢኖሩም ለናሙናነት የሚከተሉትን ክፍሎች ይመለከቷል፣ ሉቃስ 20÷37፤ ራእይ 1÷6:: በተጨማሪም ጳውሎስ ዘወትር "መገለጥ" የሚለውን ቃል የሚጠቀምበት ለክርስቶስ ነው፤ ለምሳሌ የሚከተሉትን ክፍሎች ይመለከቷል:- 2ተሰሎንቄ 2÷8፤ 1ጢሞቴዎስ 6÷14፤ 2ጢሞቴዎስ 1÷10፤ 4÷1:8::

8. ዕብራውያን 1÷8:: ግሪኩ ቃል በቃል ሲተረጐም፣ "እግዚአብሔር ዙፋንህ ነው" የሚል ትርጒም አለው:: ቃሉን ቃል በቃል ስንተረጒመው ትርጒም አይሰጥም፤ ምክንያቱም እግዚአብሔር በዙፋን ላይ የሚቀመጥ እንጂ እርሱ ራሱ ዙፋን አይደለም:: "እግዚአብሔር ዙፋንህ ነው" የሚለው ዐረፍተ ነገር፣ እግዚአብሔር የአንድ ንጉሥ የንግሥናው መሠረት ነው የሚል ትርጒም የሚሰጠው ቢሆን እንኳ፣ ክፍሉ ማለትም ዕብራውያን ምዕራፍ 1 ኢየሱስ በመላእክት ላይ ስላለው አመራር የሚናገር ሳይሆን፣ ኢየሱስ ከመላእክት በላይ መሆኑን እንዲያውም አምላክ መሆኑን የሚገልጽ ነው:: ለመላእክት አምላካቸው ስለሆነም ይሰግዱለታል ቍጥር 6::

9. 2ጴጥሮስ 1÷1:: ክፍሉ ኢየሱስ ክርስቶስ አምላክ መሆኑን የሚገልጽ ሲሆን፣ ከቲቶ 2÷13 ጋር ተመሳሳይ የሆነ የሰዋስው አወቃቀር አለው:: ከዚህ ጋር ተዛማጅ የሆኑ የሰዋስው አወቃቀሮችን ከሚከተሉት ክፍሎች ይመልከቱ፣ 2ጴጥሮስ 1÷11፤ 2÷20፤ 3÷2:18::

10. 1ዮሐንስ 5÷20:: "እርሱም" የሚለው ቃል የሚያመለክተው ኢየሱስ ክርስቶስን ከሆነ፣ "የዘላለም ሕይወት" የሚለውም ሐረግ ክርስቶስን የሚያመለክት

ነው (ከ 1÷2 ጋር ያነጻጽሯል)፡፡ እርሱም እውነተኛ አምላክ ነው፡፡

ለ. ኢየሱስ ክርስቶስ ያህዌ ነው፡፡

1. ሮሜ 10÷9-13 የ"እና" ("for") መደጋገም፣ ክፍሉን እርስ በርሱ የሚያያይዘው ሲሆን፣ በ10÷13 ላይ "ጌታ" የተባለው በ10÷9:12 ላይም ጌታ የተባለው እርሱው ነው፡፡
2. በፊልጵስዩስ 2÷9-11፤ ከዐውደ ምንባቡ እንደምንመለከተው፣ "ከስምም ሁሉ በላይ የሆነው ስም" ቍጥር 11 ላይ የተጠቀሰው "ጌታ" የሚለው ስም ነው፤ ይህም፣ "ከስምም ሁሉ በላይ የሆነ ስም" ያህዌ የሚለው ስም ነው[45]፡፡
3. ዕብራውያን 1÷10፤ በዚህ ክፍል እግዚአብሔር አብ ኢየሱስ ክርስቶስን "ጌታ" እያለ ይጠራዋል፡፡ ይህ ክፍል በቀጥታ የተጠቀሰው/የተወሰደው ከመዝሙር 102÷25 ላይ ነው፡፡ ልመናውን የሚያቀርበው ሰው ልመናውን የሚያቀርበው "ለእግዚአብሔር" ነው፡፡ በክፍሉ አብ ወልድን "ጌታ" ብሎ የሚጠራው ከሆነና ክፍሉን ዐውዱን መሠረት ባደረገ መንገድ የምንተረጕመው ከሆነ፣ ፍጡራን ክርስቶስን እግዚአብሔር ወይም ጌታ የሚሉት በውክልና ደረጃ ነው ማለት በፍጹም አይቻልም፡፡

---

[45] በመጽሐፍ ቅዱስ በተለይም በአዲስ ኪዳን ንባባት በተጽውዖ ስምና (በመጠሪያ ስምና) በማዕረግ ስም መካከል አንዳችም ልዩነት የለም፡፡ ለአብነት ያህል ማቴዎስ 28÷19-20 ይመለከቷል፡፡ ትክክለኛው የጥምቀት ቀመር "በኢየሱስ ክርስቶስ ስም" ነው ወይስ "በአብ፣ በወልድ፣ በመንፈስ ቅዱስ ስም" ነው የሚለውን ጕዳይ በተመለከተ፣ "በተጽውዖ ስምና በማዕረግ ስም መካከል ልዩነት አለ" የሚለውን ጕዳይ እንደ መከራከሪያ ነጥብ ሲያነሡት ይስተዋላል፡፡ በብሉያትም ሆነ በሐዲሳት ይህ ዐይነቱ ልዩነት አይታይም፡፡ "በሐዋርያት ቤተ ክርስቲያን" አስተምህሮ ላይ ሰፊ ማብራሪያ ከፈለጉ፣ የዚህ ጽሑፍ አቅራቢ፣ "*'የሐዋርያት ቤተ ክርስቲያን' አስተምህሮ በቃለ እግዚአብሔር ሲመዘን*" በሚል ርእስ የጻፈውንና በቅርቡ ለንባብ የሚበቃውን መጽሐፍ ይመለከቷል፡፡

4. 1ጴጥሮስ 2÷3-4፤ ይህ ክፍል በቀጥታ የተወሰደው ከመዝሙር 34÷8 ላይ ነው፤ በክፍሉም "ጌታ" የተባለው ያህዌ ነው:: ከ1ጴጥሮስ 2÷4-8 ላይ "ጌታ" የተባለው በቁጥር 3 ላይ ኢየሱስ ነው::
5. 1ጴጥሮስ 3÷14-15፤ ይህ ክፍል ደግሞ ኢሳይያስ 8÷12-13 የሚያመለክት ነው:: በዚህም የብሉይ ኪዳን መጽሐፍ፣ ቅዱስ የተባለው ያህዌ ነው፤ ይህም ኢየሱስ ያህዌ እንደ ተባለ የሚያሳይ ነው::
6. ኢየሱስ "አንድ ጌታ" ብቻ እንዳለ በተናገረባቸው ንባባት፣ አንድ ጌታ ብቻ እንዳለ፣ ይህም ጌታ ያህዌ እንደ ሆነ ገልጾአል፤ የሚከተሉትን የብሉይና የሐዲስ ኪዳን ንባባት እርስ በርሳቸው ያነጻጽሩ ዘዳግም 6÷4፤ ማርቆስ 12÷29 እንዲሁም የሚከተሉትን ክፍሎች ይመለከቷል 1ቆሮንቶስ 8÷6፤ ኤፌሶን 4÷5፤ ከሚከተሉት ክፍሎች ጋር ያወዳድሩ ሮሜ 10÷12፤ 1ቆሮንቶስ 12÷5::

ሐ. ኢየሱስ ክርስቶስ አምላካዊ ማዕረግ አለው

1. አምላክ ብቻ ያለው/ገንዘቡ ያደረጋቸው የማዕረግ ስሞች
   - ሀ) መጀመሪያውና መጨረሻው፣ ራእይ 1÷7-8፤ 1÷17-18፤ 2÷8፤ 22÷13፤ ከሚከተሉት ክፍሎች ጋር ያወዳድሩ ኢሳይያስ 44÷6፤ 41÷4፤ 48÷12፤ ራእይ 21÷6::
   - ለ) የነገሥታት ንጉሥ የጌቶች ጌታ፣ 1ጢሞቴዎስ 6÷15፤ ራእይ 17÷14፤ 19÷16፤ ዳንኤል 4÷37፤
2. የመጨረሻ ግባቸው እግዚአብሔርን የሚያሳዩ የማዕረግ ስሞች
   - ሀ) አዳኝ፣ ሉቃስ 2÷11፤ ዮሐንስ 4÷42፤ 1ዮሐንስ 4÷14፤ ቲቶ 2÷13:10፤ ወዘተ ከሚከተሉት ክፍሎች ጋር ያወዳድሩ ኢሳይያስ 43÷11፤ 45÷21-22፤ 1ጢሞቴዎስ 4÷10 ኢየሱስ ክርስቶስ የድኅንነት ምንጭ ነው ዕብራውያን 5÷9፤ ዘፀአት 15÷2፤ መዝሙር 118÷14:21::

ለ) እረኛ፣ ዮሐንስ 10÷11፤ ዕብራውያን 13÷20፤ ከሚከተሉት ክፍሎች ጋር ያነጻጽሩ መዝሙር 23÷1፤ ኢሳይያስ 40÷11።

ሐ) ዐለት፣ 1ቆሮንቶስ 10÷4፤ ከኢሳይያስ 44÷8 ጋር ያነጻጽሩ።

መ. ኢየሱስ ክርስቶስ ለአምላክ ብቻ የሚሰጠውን ክብር ተቀብሎአል

1. ክብር፤ ዮሐንስ 5÷23።
2. ፍቅር፤ ማቴዎስ 10÷37።
3. ጸሎት፤ ዮሐንስ 14÷14 (በዚህ ክፍል "እኔ" የሚለው ቃል ማንን ያመለክታል የሚለው ጉዳይ ያከራክራል፤ ቢሆንም ግን ጸሎትን የሚመልሰው ኢየሱስ ለመሆኑ ግን የሚያከራክር አይደለም)። በተጨማሪ የሚከተሉትን ክፍሎች ይመለከቷል፤ ሐዋርያት ሥራ 1÷24-25፤ 7÷59-60 (ከሉቃስ 23÷34:46 ጋር ያወዳድሩ) ሮሜ 10÷12-13፤ 1ቆሮንቶስ 1÷2፤ 2ቆሮንቶስ 12÷8-10 ("ጌታ" የተባለው ኢየሱስ ክርስቶስ ነው ከቁጥር 9 ጋር ያወዳድሩ) 2ተሰሎንቄ 2÷16-17 ወዘተ።
4. ስግደት (በግሪኩ ፕሮስኩኖ—προσκυνέω) ማቴዎስ 28÷17፤ ዕብራውያን 1÷6 (ከመዝሙር 97÷7 ጋር ያወዳድሩ) እንዲሁም ከማቴዎስ 4÷10 ጋር ያወዳድሩ።
5. የተቀደሰ ሃይማኖታዊ አገልግሎት (በግሪኩ ላቲሪዮ) ራእይ 22÷1-3፤ ዳንኤል 7÷14፤
6. ለአምላክ ብቻ የሚቀርብ ምስጋና 2ጢሞቴዎስ 4÷18፤ 2ጴጥሮስ 3÷18፤ ራእይ 1÷5-6፤ 5÷13።
7. እምነት ዮሐንስ 3÷16፤ 14÷1 ወዘተ።

ሠ. ኢየሱስ ክርስቶስ አምላክ ብቻ የሚሠራውን ሥራ ይሠራል።

1. መፍጠር፣ ዮሐንስ 1÷3፤ 1ቆሮንቶስ 8÷6፤ ቈላስይስ 1÷16-17፤ ዕብራውያን 1÷2፤ ራእይ 3÷14 ("አርኬ"—"ἀρχὴ" የሚለውን የግሪክ ቃል፣ የተለያዩ ትርጉሞች በተለያየ መንገድ ፈትተውታል፤ የ1954 ትርጉም "መጀመሪያ"፣

1980 ትርጒም "መገኛ"፣ አዲሱ መደበኛ ትርጒም "ገዥ":: እነዚህ ሁሉ "አርኬ" ለሚለው ለግሪክ ቃል አማራጭ ትርጒሞች ቢሆኑም፣ "ገዥ" የሚለው ቃል ከዐውዱ ጋር የሚቀራረብ ትርጒም ያለው ይመስላል)፤ ፍጥረታት ሁሉ የተፈጠሩት "ለእርሱ"ና "በእርሱ" ነው፣ ሮሜ 11÷36፤ ዕብራውያን 2÷10፤ ሐዋርያት ሥራ 17÷28 እንዲሁም ኢሳይያስ 44÷24::

2. ዓለማትን ደግፎ መያዝ፣ ቈላስይስ 1÷17፤ ዕብራውያን 1÷3:11-12::

3. የዘላለምን ሕይወት መስጠት::

   ሀ). በአጠቃላይ ከላይ ሐ.2.ሀ. ይመለከቷል::

   ለ). ኀጢአትን ይቅር ማለት፤ ማቴዎስ 9÷1-8፤ ማርቆስ 2÷1-12፤ ሉቃስ 5÷17-26::

4. አምላካዊ ባሕርያት ሁሉ አሉት፤ ዮሐንስ 5÷17-29 (ፍርድን ጨምሮ ማቴዎስ 25÷31-46፤ 2ቆሮንቶስ 5÷10)::

ረ. ኢየሱስ ክርስቶስ አምላክ ብቻ ገንዘቡ ያደረጋቸው ባሕርያት (ተጋብአዊና አልቦ ተጋብአዊ ባሕርያት[46]) ሁሉ አሉት::

1. አምላካዊ ባሕርያት ሁሉ አሉት፣ ዮሐንስ 1÷1፤ ፊልጵስዩስ 2÷6፤ ቈላስይስ 1÷15፤ 2÷9፤ ዕብራውያን 1÷3::

2. በራሱ ሕልውና ያለው ነው (Self-existent)፣ ዮሐንስ 5÷26::

3. አይለወጥም:- ዕብራውያን 1÷10-12፣ (ልክ እንደ ያህዌ (יְהוָה) ማለት ነው) ዕብራውያን 13÷8::

---

[46] የእግዚአብሔር ባሕርያት ተጋብአዊ (communicable) እንዲሁም አልቦ ተጋብአዊ (incommunicable) ባሕርያት በሚል በሁለት ዐቢይ ክፍሎች ይከፈላሉ:: ተጋብአዊ ባሕርያት የሚባሉት እግዚአብሔር አምላክ ለሰው ልጆች በተወሰነ መጠን ያካፈላቸው ባሕርያት ሲሆኑ (ለምሳሌ ዕውቀት) አልቦ ተጋብአዊ ባሕርያት የሚባሉት ደግሞ፣ እግዚአብሔር ለሰው ልጆች ያላካፈላቸው (ለምሳሌ በሁሉ ቦታ መገኘት) ባሕርያት ናቸው:: ቃሉ ተጋብአ ከሚለው የግእዝ ቃል ተወስዶ ይህን ሙያዊ ቃል ቢተካ በሚል የተቀመረ ነው:: አንዳንድ ጸሓፍያን ከዚህ ይልቅ፣ ተግባቦታዊ እንዲህም አልቦ ተግባቦታዊ ባሕርያት የሚሉትን ቃላት ይጠቀማሉ፤ ሊያስኬድ ይችላል::

4. ዘላለማዊ ነው:- ዮሐንስ 1÷1፣ 8÷58፣ 17÷5 ቈላስይስ 1÷17፣ ዕብራውያን 1÷2::
5. በሁሉ ቦታ ይገኛል:- ማቴዎስ 18÷20፣ 28÷20፣ ዮሐንስ 3÷13፣ ኤፌሶን 1÷23፣ 4÷10፣ ቈላስይስ 3÷11::
6. ሁሉን ያውቃል:- ዮሐንስ 16÷30፣ 21÷17፣ ከ2÷23-24 ጋር ያነጻጽሩ::
7. ልንረዳው ከምንችለው በላይ ነው፣ ማቴዎስ 11÷25-27::

ሰ. ኢየሱስ ክርስቶስ ከእግዚአብሔር አብ ጋር በሁሉ ነገር እኩል ነው

1. ዮሐንስ 5÷18፤ ምንም እንኳ ዮሐንስ አይሁድ የኢየሱስን አነጋገር በምን መልኩ እንደ ተረዱት ቢዘግብልንም፣ የተረዱት ግን ትክክለኛውን ነገር ነው፤ በቊጥር 17 ላይ ልክ እንደ አባቱ እርሱም ሰንበትን ማክበር እንደማይጠ በቅበት ገልጾአል፤ እንዲሁም በ5÷19-29 ላይ አብ የሚሠራውን ሥራ ሁሉ እንደሚሠራ፣ ከዚህም የተነሣ ለአብ የሚሰጠው ክብር ሁሉ ለእርሱም እንደሚገባው ገልጾአል::
2. ፊልጵስዩስ 2÷6፤ ኢየሱስ በዚህች ዓለም ዕውቅናን ለማግኘት ከእግዚአብሔር አብ ጋር እኩል የሚያደርገውን ነገር ይዞ መቅረት አልፈለገም፣ ነገር ግን መታወቅ የፈለገው ራሱን ዝቅ በማድረግ እንዲሁም እግዚአብሔር ራሱ ከፍ እንዲያደርገው ራሱን በመስጠ ት ነው (ቊጥር 7-11)::

ሸ. ኢየሱስ የእግዚአብሔር ልጅ ነው::

1. በቃለ እግዚአብሔር፣ ልጅ (ወልድ) የሚለው ቃል በቀጥታም ሆነ በተምሳሌታዊ መንገድ አባት ከተባለው ጋር ተመሳሳይ ባሕርይ ያለው ነው (ለምሳሌ “የእግዚአብሔር ልጅ”፣ “የነጐድጓድ ልጅ”፣ “የዐመፃ ልጅ” የሚከተሉትን ክፍሎች ይመለከቷል ማርቆስ 3÷7፤ ኤፌሶን 2÷1)::

2. የሰውን ልጅ በተመለከተ፣ ልጅ የአባቱ ተፈጥሮ/ባሕርይ ያለው ነው (የሰው ልጅ፣ የአብርሃም ልጅ፣ የዳዊት ልጅ ወዘተ)::
3. ኢየሱስ የእግዚአብሔር ልጅ መባሉ፣ ልክ እንደ ሰብአውያኑ አነጋገር በእግዚአብሔር የተወለደ ነው ማለት አይደለም::
4. ኢየሱስ "የእግዚአብሔር አንድያ ልጅ" የተባለው እጅግ በተለየ መንገድ ነው ዮሐንስ 1÷14፤ 3÷16:18፤ 1ዮሐንስ 4÷9)::
5. ቃለ እግዚአብሔር በግልጥ የሚያስተምረን ነገር ወልድ አምላካዊ ተፈጥሮ/ባሕርይ እንዳለው ነው (የወልድ ባሕርይ ልክ እንደ አብ ባሕርይ ነው ማለት ነው:: ከላይ ተራ ቍጥር ረ. ይመለከቷል)::
6. ኢየሱስ በተደጋጋሚ የእግዚአብሔር ልጅ ነኝ ማለቱ፣ በአድማጮቹ በአይሁድ ዘንድ፣ ራስን ከእግዚአብሔር ጋር እኩል በማድረግ እግዚአብሔርን እንደ መሳደብ ነበር ያስቈጠረበት፣ ኢየሱስም ንግግሬን በዚህ መንገድ መረዳታችሁ ስሕተት ነው የሚል ማስተባበያ አላቀረበም፤ ይህም ንግግራቸው ትክክል መሆኑን የሚያመለክት ነው ዮሐንስ 5÷17-23፤ 8÷58-59፤ 10÷30-39፤ 19÷7፤ ማቴዎስ 26÷63-65::
7. ስለዚህ ኢየሱስ የእግዚአብሔር የባሕርይ ልጅ ነው እንጂ በእግዚአብሔር የተፈጠረ ፍጡር ወይም አገልጋይ አይደለም:: ኢየሱስ የእግዚአብሔር ልጅ የሆነው ለእኛ ሲልና ለአባቱ ክብር ሲል ነው ዮሐንስ 13÷13-15፤ 17÷4፤ ፊልጵስዩስ 2÷6-11፤ ዕብራውያን 1÷4-13፤ 3÷1-6፤ 5÷8::

ቀ. የኢየሱስ ክርስቶስን አምላክነት የማይቀበሉ ሰዎች አዘውትረው የሚያቀርቧቸው ተቃውሞዎች:—

1. ምሳሌ 8÷22፤ ክፍሉ ስለክርስቶስ የሚናገር ሳይሆን፣ ሰውኛ በሆነ ዘይቤ ስለጥበብ የሚናገር ቅኔ ነው (ሁሉም የምሳሌ 1-9 ክፍሎች፣ በተለይ ደግሞ 8÷12-21፤ 9÷1-6

ላይ ያሉት ክፍሎች)። ቅኔያዊ በሆነ ሁኔታ/መንገድ እግዚአብሔር ጥበብን ገንዘቡ ያደረገው፣ ፍጥረታትን ከመፍጠሩ በፊት ነው። በአጠቃላይ ክፍሉ ስለ ጥበብ አስፈላጊነት እንጂ፣ ስለ ክርስቶስ የሚናገር አይደለም። ክፍሉ ስለ ክርስቶስ የሚናገር ቢሆን ኖሮ፣ ክርስቶስን በሰውኛ ዘይቤ አያቀርበውም፤ እንዲሁም በአንስታይ ጾታ አይገልጸውም ነበር።

2. ቈላስይስ 1÷15፤ ይህ ክፍል ኢየሱስ ክርስቶስ የመጀመሪያ ፍጥረት ነው አይልም። ነገር ግን አባቱን ወክሎ በዚህ ስለሚገኝ፣ የአባቱ ቀዳማይ ወራሽ ነው (ቍጥር 12-44)፤ ስለዚህ "በኵር" (ግሪክ ፕሮቶቶኮስ "πρωτότοκος") ማለት ወራሽ ማለት ነው (ይህን ጕዳይ ከሚከተሉት ክፍሎች ጋር ያነጻጽሩት፤ ዘፍጥረት 43÷33፤ 48÷14-20 ዘፀአት 4÷22፤ 1ዜና 5÷1-3፤ መዝሙር 89÷27፤ ኤርምያስ 31÷9) ልብ ይበሉ ክፍሉ ልጁ ፈጣሪ እንደ ሆነ እንጂ፣ ፍጡር መሆኑን አይናገርም (ከላይ በተራ ቍጥር ሠ.1. ላይ ያለውን ይመለከቷል)።

3. ራእይ 3÷14፤ "መጀመሪያ" (ግሪክ አርኬ "ἀρχὴ") የሚለው ቃል እንደ ማዕረግ ሆኖ ሲቀርብ ምንጭ ወይም ጀማሪ የሚል ትርጕም ይወክላል፤ ይህ ደግሞ ፈጣሪነቱን ያሳያል (ከሚከተሉት ክፍሎች ጋር ያነጻጽሩ ራእይ 1÷8፤ 21÷6፤ 22÷13)። በሌላ ስፍራ የኢየሱስን ገዥነት/ ፈጣሪነት/ የፍጥረት ጀማሪነትን ለማሳየት በዚህ ስፍራ ያለውን ዐይነት የግሪክ ቃል ተጠቅሞአል፤ ቈላስይስ 1÷18 የብዙ ቍጥርን በሚያመለክት መልኩ ደግሞ የሚከተሉትን ክፍሎች ይመለከቷል፤ ቈላስይስ፤ 1÷16፤ 2÷10:15 እንዲሁም ሉቃስ 12÷11፤ ሮሜ 8÷38፤ ኤፌሶን 3÷10፤ 6÷12፤ ቲቶ 3÷1፤ ከሚከተሉት ክፍሎች ጋር ያነጻጽሩ ሉቃስ 20÷20፤ ይሁዳ 6፤ 1ቆሮንቶስ 15÷24፤ ኤፌሶን 1÷21።

4. 1ቆሮንቶስ 11÷3፤ 15÷28፤ ልጅ ለአባቱ እንደሚገዛ ኢየሱስም ለአባቱ ይገዛል፤ በአምላክነት ግን ከአባቱ ጋር እኩል/ትክክል ነው፤ መገዛት ማነስን አያሳይም፤ ከአብ ጋር ባለው ግንኙነት ራሱን ዝቅ ማድረጉ ማነሱን በፍጹም ሊያሳይ አይችልም[47]::
5. ዮሐንስ 20÷17፤ ሮሜ 15÷6፤ 1ቆሮንቶስ 15÷24፤ 2ቆሮንቶስ 1÷3፤ ራእይ 1÷6፤ 3÷12፤ ኢየሱስ አባቱን "አምላኬ" ያለበት ምክንያት ኢየሱስ እስካሁን ድረስ አምላክም ሰውም ስለሆነ ነው:: ኢየሱስ አንድም ቦታ ራሱን ከደቀ መዛሙርቱ ጋር በመጨመር አብን "አምላካችን" ሲል አንመለከትም፤ ነገር ግን "አምላኬ"ና "አምላካችሁ" ዮሐንስ 20÷17::
6. ማርቆስ 13÷32፤ ኢየሱስ የዳግም ምጽአቱን ቀን አላውቅም የማለቱ ጉዳይ መብራራት ያለበት፣ ከእስራኤል የጋብቻ ባህል አንጻር ነው:: በጥንት

---

[47] ሁለት ዐይነት ማነስ/መገዛት አለ፤ አንደኛው "ከሥራ ክፍፍል የተነሣ ማነስ" (functional subordination) ሲሆን፣ ሁለተኛው ደግሞ "ከማንነት የተነሣ" (ontological subordination) ማነስ ነው:: በወንድና በሴት፣ በባሪያና በጨዋ፣ በአለቃና በበታች ሠራተኛ ወዘተ መካከል ያለው መገዛት የሥራ ክፍፍልን የሚያሳይ እንጂ፣ በተፈጥሮ አንዱ ከሌላው ይበልጣል ማለት አይደለም:: የሰው ልጅ ለአምላኩ መገዛቱ ግን ከማንነት የተነሣ ማነሱንም ጭምር የሚያሳይ ነው:: ሰው ፍጡር እግዚአብሔር ደግሞ ፈጣሪ ነውና:: ቃለ እግዚአብሔር፣ "ሚስቶች ሆይ ለባሎቻችሁ ተገዙ" (ኤፌሶን 5÷22) ሲል፣ የባሎች የሰውነት ተፈጥሮ ከሴቶች ይበልጣል ማለቱ እንዳልሆነ ሁሉ፣ ወልድም ለአብ ይገዛል ማለት፣ ወልድ ከአብ ያነሰ ነው ማለት አይደለም:: በአስረጅነት ያቀረብኳቸው፣ ክፍሎች ሁሉ "መገዛት" ለሚለው ቃል ተመሳሳይ የግሪክ ቃል የሚጠቀሙ ናቸው (ግሪክ ሃይፖታስሶማይ "ὑποτάσσομαι")፡፡ መጽሐፍ ቅዱስ በሥላሴ አካላት መካከል አንዱ ለአንዱ የመገዛት ነገር እንዳለ በግልጥ ያስተምረናል:: መንፈስ ቅዱስ፣ ለአብና ለወልድ ይገዛል:- (ዮሐንስ 14÷16፤ 14÷26፤ 15÷26፤ 16÷7 በተለይ ደግሞ ዮሐንስ 16:13-14):: ኢየሱስ ክርስቶስ ለእግዚአብሔር አብ ይገዛል (ሉቃስ 22÷42፤ ዮሐንስ 5÷36፤ 20÷21፤ 1ዮሐንስ 4÷14):: በሥላሴ አካላት መካከል፣ "መብለጥና መበላለጥ፣ መቅደምና መቀዳደም የለም" ሲባል፣ ባሕርይን ታሳቢ ባደረገ መልኩ ብቻ መሆኑን ልብ ይሏል:: ራስን በትሕትና ዝቅ ማድረግ በሥላሴ አካላት መካከል እንዳለ ከቃለ እግዚአብሔር በግልጽ እንማራለን፤ ለምሳሌ:- ፊልጵስዩስ 2÷1-11 ይመለከቷል::

እስራኤላውያን ባህል ሙሽራው ለሕዝብ የሚታይበትን ቀን የሚወስነው የሙሽራው አባት ነው:: ኢየሱስ ምጽአቱን እኔ አላውቅም፤ አባቴ ነው የሚያውቀው ማለቱ ይህን ባህል የሚያጣቅስ ነው:: ኢየሱስ ወደ ምድር የመጣው ፈቃዱን ለአባቱ በማስገዛት ነው (ፊልጵስዩስ 2÷7):: ይህ እንዳለ ሆኖ፣ ኢየሱስ በአምላክነቱ ሁሉን ነገር ያውቃል (ዮሐንስ 16÷30) ከትንሣኤው በኋላ አለማወቁን ጉዳይ ራሱን በጨመረ መልኩ አልተናገረም (ሐዋርያት ሥራ 1÷6-7)::

7. ማርቆስ **10÷17-18**፤ ኢየሱስ አምላክ አይደለሁም ማለቱ ሳይሆን፣ ግለሰቡ የዘላለምን ሕይወት እንዲሁ በልግስና/በጸጋ በሚሰጠው በእግዚአብሔር ላይ ብቻ እንዲታመን ለማሳሰብ ነው:: ሰውየው ከማን ጋር እየተነጋገረ እንዳለ እንዲገነዘብ እንዲያስተውል ተፈልጎ ሊሆን ይችላል:: በዚህ ሐሳብ ክፍሉን ከሙሉ ዐውዱ ጋር ያንብቡ::
8. ዕብራውያን **5÷14**፤ አምላክ የማይፈተን ከሆነ ያዕቆብ 1÷13 ኢየሱስ ለምን ተፈተነ የሚል ጥያቄ ሊነሣ ይችላል፤ ቁም ነገሩ ግን ኢየሱስ ኀጢአትን አላደረገም (ዮሐንስ 5÷19)::
9. ዮሐንስ **1÷18**፤ እግዚአብሔርን ያየ አንድም ሰው ከሌለ፣ ሰዎች ኢየሱስን ለምን አዩት (ለምሳሌ 1ዮሐንስ 1÷1-2) የሚል ጥያቄ ሰዎች ይጠይቃሉ:: ኢየሱስ መታየት የቻለው ለኀጢአታችን ሲል ክብሩን ትቶ በመምጣት የእኛን መከራ መሸከም ስላስፈለገ ነው (ፊልጵስዩስ 2÷5-11):: አሁን በክብሩ ያለውን ጌታ ግን ማንም ሊያየው አይችልም 1ጢሞቴዎስ 6÷16::
10. **1**ጢሞቴዎስ **1÷17**፤ እግዚአብሔር ካልሞተ ኢየሱስ እንዴት ሊሞት ቻለ? ለምሳሌ ፊልጵስዩስ 2÷8:: ኢየሱስ ክርስቶስ አምላክም ሰውም ነው:: ሞቶም አልቀረም

ራሱን ከሙታን አስነሣ እንጂ (ዮሐንስ 10÷18፤ ሐዋርያት ሥራ 2÷24፤ ዮሐንስ 2÷19-22)።

11. 1ቆሮንቶስ 8÷6፤ በዚህ ስፍራ አብ "እግዚአብሔር" ሲባል ኢየሱስ ግን ለምን "ጌታ" ተባለ፣ የሚል ጥያቄ አንዳንድ ሰዎች ይጠይቃሉ፤ ነገር ግን በዐውዱ ውስጥ "እግዚአብሔር" እና "ጌታ" የሚሉት ቃላት በተለዋዋጭነት ማገልገላቸው አንድ ዐይነት ትርጒም እንደሚወክሉ ያሳያል (በተጨማሪ "እግዚአብሔር" እና "ጌታ" የሚሉት ቃላት በተለዋዋጭነት ካገለገሉባቸው ስፍራዎች ውስጥ የሚከተሉትን ክፍሎች ይመለከቷል ቊጥር 5 እንዲሁም ሮሜ 14÷3-12)። በተጨማሪ የክፍሉ ዐውድ "ጌታ" በተባለው ኢየሱስ፣ "እግዚአብሔር" ከተባለው አብ በአምላክነቱ ያንሳል የሚል ትምህርት የለውም። ወይም ኢየሱስ እግዚአብሔር አይደለም እንዲሁም አብ ጌታ አይደለም የሚል ትምህርት አያስተምርም (ማቴዎስ 11÷25 ከይሁዳ 4 ጋር ያወዳድሯል)።

12. 1ጢሞቴዎስ 2÷5፤ በዚህ ክፍል ኢየሱስ ከእግዚአብሔር እንደሚለይ እንደሚገልጸው ሁሉ፣ ኢየሱስም በኀጢአት ከወደቁት የሰው ልጆች ይለያል፣ ይሁን እንጂ ኢየሱስ ከእግዚአብሔር አብ የተለየ ማንነት ያለው አምላክ ነው።

13. ዘዳግም 4÷12፡15-25፤ እስራኤላውያን በኀጢአት በሚወድቁበት ጊዜ፣ እግዚአብሔር አብ ድምፁን ከመላክ በስተቀር ሰው ሆኖ በመምጣት ሲታደጋቸው አንመለከትም፤ ኢየሱስ፣ ለሰው ልጆች ኀጢአት ሲል ሰው ሆኖ ወደዚህች ምድር መምጣቱ፣ ኢየሱስ አምላክ ነው ከመባሉ አንጻር እንዴት ይታያል የሚል ጥያቄ ሊነሣ ይችላል። በዚያን ጊዜ በሚታይ ሁኔታ ያልተገለጠው እግዚአብሔር ከዚያን ጊዜ በኋላም በሚታይ ሁኔታ አይገለጥም ማለት አይደለም።

14. በበርካታ የመጽሐፍ ቅዱስ ክፍሎች፣ ኢየሱስ ከእግዚአብሔር አብ በአካል እንደሚለይ ይገልጻሉ፤ ለምሳሌ ኢየሱስ የእግዚአብሔር ልጅ እንደ ሆነ፣ በእግዚአብሔር እንደ ተላከ ወዘተ በእነዚህ የመጽሐፍ ቅዱስ ንባባት ውስጥ እግዚአብሔር የሚለው መጠሪያ አብን የሚያመለክት ነው::

V. መንፈስ ቅዱስ እግዚአብሔር ነው::

ሀ. እግዚአብሔር ተብሎአል፤ ሐዋርያት ሥራ 5÷3-4፤ 2ቆሮንቶስ 3÷17-18::

ለ. እግዚአብሔር ብቻ ያለው/ገንዘቡ ያደረጋቸው ባሕርያት ሁሉ አሉት:-

1. ዘላለማዊ ነው፤ ዕብራውያን 9÷14::

2. በሁሉ ቦታ ይገኛል፤ መዝሙር 139÷7::

3. ሁሉን ያውቃል፤ 1ቆሮንቶስ 2÷10-11::

ሐ. እግዚአብሔር ብቻ የሚሠራውን ሥራ ይሠራል

1. ፈጣሪ ነው፤ ዘፍጥረት 1÷2፤ መዝሙር 104÷30::

2. በኢየሱስ ሥጋዌ/ትስብእታዊ ሕይወት፤ ማቴዎስ 1÷18:20፤ ሉቃስ 1÷35::

3. በትንሣኤ፤ ሮሜ 1÷4፤ 8÷11::

4. የዘላለምን ሕይወት መስጠት፤ ሮሜ 8÷1-27::

መ. አካል አለው

1. ስም አለው፣ ማቴዎስ 28÷19፤ ምንም እንኳ ግዑዝ ለሆኑም ነገሮች ስም የሚሰጥ ቢሆንም፣ በዚህ ክፍል ላይ አካል ካላቸው ከአብና ከወልድ ጋር እኩል መጠቀሱ አካል እንዳለው ያመለክታል::

2. "አጽናኝ" ነው:—

ሀ) ሌላ አጽናኝ ነው፣ ዮሐንስ 14÷16፤ ከ1ዮሐንስ 2÷1 ጋር ያወዳድሯል:: በአዲስ ኪዳን ግሪክ፣ አጽናኝ (ግሪክ "ፓራክሊቶስ") የሚለው ቃል የሚያገለግለው አካል ላለው ነው::

ለ) ለማስተማር በኢየሱስ ስም ይላካል፤ ዮሐንስ 14÷26፡፡

ሐ) በአስፈላጊው ጊዜ በመገኘት ይመሰክራል፤ ዮሐንስ 15÷26-27፡፡

መ) ኢየሱስ በሚልከው ጊዜ በመላክ ስለ ኀጢአት ይወቅሳል፤ ስለራሱ ሳይሆን ስለኢየሱስ በመናገር ኢየሱስን ያከብራል፤ ይህም መንፈስ ቅዱስ ትሑት እንደ ሆነ የሚያሳይ ነው፤ ዮሐንስ 16÷7-14፡፡

3. መንፈስ ቅዱስ፣ ከርኩሳን መናፍስት ጋር ተነጻጽሮአል፤ ማርቆስ 3÷22-30፤ ማቴዎስ 12÷32፤ 1ጢሞቴዎስ 4÷1፤ 1ዮሐንስ 3÷24-4÷6፡፡

4. ይናገራል፤ ቅዱሳት መጻሕፍትን ጠቅሶ ይናገራል፤ ዮሐንስ 16÷13፤ ሐዋርያት ሥራ 1÷16፤ 8÷29፤ 10÷19፤ 11÷12፤ 13÷2፤ 16÷6፤ 20÷23፤ 21÷11፤ 28÷25-27፤ 1ጢሞቴዎስ 4÷1፤ ዕብራውያን 3÷7-11፤ 10÷15-17፤ 1ጴጥሮስ 1÷11፤ ራእይ 2÷7:11:17:29፤ 3÷6:13:22፡፡

5. ሰዎች ሊዋሹት ሙከራ አድርገዋል፤ ሐዋርያት ሥራ 5÷3፡፡

6. ውሳኔ ይወስናል/ፍርድን ይሰጣል፤ ሐዋርያት ሥራ 15÷28፡፡

7. ለአማኞች በእግዚአብሔር አብ ፊት ይማልዳል፤ ሮሜ 8÷26፡፡

8. መንፈስ ቅዱስ አካል በሌላቸው ነገሮች የተገለጸው ሌሎች አካል ያላቸው አካላት በተገለጹበት መንገድ ነው:-

ሀ) መንፈስ ቅዱስ በእሳት መመሰሉ፤ ማቴዎስ 3÷11፤ ሉቃስ 3÷16፤ እንዲሁም ከሚከተሉት ጥቅሶች ጋር ያነጻጽሩ ዘፀአት 3÷2-4፤ ዘዳግም 4÷24፤ 9÷3፤ ዕብራውያን 12÷29፡፡

ለ) መንፈስ ቅዱስ መፍሰሱ፤ ሐዋርያት ሥራ 2÷17:33፤ ከኢሳይያስ 53÷12፤ ፊልጵስዩስ 2÷17፤ 2ጢሞቴዎስ 4÷6 ጋር ያነጻጽሩ፡፡

ሐ) በመንፈስ ቅዱስ መሞላት፤ ኤፌሶን 5÷18 ወዘተ ከኤፌሶን 3÷17:19፤ 14÷10 ጋር ያነጻጽሩ::

VI. አብ፣ ወልድና መንፈስ ቅዱስ በአካል ሦስት ናቸው (አካል ማለት የራሱ ስሜት፣ ፈቃድና ዕውቀት ያለው ማለት እንጂ የመጨበጥና የመዳሰስ እንዳልሆነ ልብ ይሏል)::

ሀ. ማቴዎስ 28:19

1. የክፍሉ የሰዋስው አወቃቀር በተለይም በዚህ ክፍል ላይ የተጠቀሱት ውስን መስተአምሮች (the) አብ፣ ወልድና መንፈስ ቅዱስ በአካል ሦስት መሆናቸውን ያሳያል:: ይህን ዐይነቱን የሰዋስው አወቃቀር ከሚከተሉት ክፍሎች ጋር ያነጻጽሩ፣ ራእይ 1÷17፤ 2÷8:26::
2. አብ የተለየ አካል እንዳለው ወልድም የተለየ አካል አለው፤ ነገር ግን መንፈስ ቅዱስ አካል የለውም ወይም አብ በኢየሱስ ውስጥ ያለው መለኮት ነው፤ ኢየሱስ ደግሞ አብ የለበሰው አካል ነው ለሚሉ ሰዎች ሁሉ[48]፣ በዚህ ቦታ ላይ የሚገኘው የሰዋስው አወቃቀር ከትምህርታቸው ጋር ይቃረናል (በመጽሐፍ ቅዱስ ውስጥ መንፈስን አካል እንደ ሆነ አድርጎ ነው የሚመለከተው፤ ዐውዱ አለመሆኑን ካላሳየ በስተቀር)::
3. "ስም" የሚለው ነጠላ ቃል አብ፣ ወልድና መንፈስ ቅዱስ አንድ አካል መሆናቸውን አያመለክትም:: "ስም" የሚለው ነጠላ ቃል የጥቅል ስም እንደ መሆኑ መጠን፣ የብዙ ቊጥር ላላቸው አካላትም ጥቅም ላይ ይውላል:: አስረጅ እንዲሆን የሚከተሉትን ጥቅሶች ይመለከቷል:— ዘፍ 5÷2፤ 11÷14፤ 48÷6፤ 48÷16::
4. ስም የሚለው ቃል የተጸውዖ ስምን ብቻ የሚያመለክት አይደለም፤ ነገር ግን የማዕረግ ስምንም ያመለክታል፣ ለምሳሌ ኢሳይያስ 9÷6፤ ማቴዎስ 1÷23:: በመጽሐፍ ቅዱስ አብ፣ ወልድና መንፈስ በተጸውዖ ስምነት የሚገለገሉበት ስም ያህዌ የሚለው ስም ነው::

---

48 ለምሳሌ "የሐዋርያት ቤተ ክርስቲያን" በመባል የሚታወቀው መናፍቃዊ ድርጅት::

ለ. የሐዋርያት ሥራ 2÷38 እንዲሁም ማቴዎስ 28÷19።

1. በሁለቱም የመጽሐፍ ቅዱስ ክፍሎች የተወሰነ የጥምቀት ቀመር ሥራ ላይ ውሎ አንመለከትም። እንዲሁም በመጽሐፍ ቅዱስ አንድ ሰው በሚያጠምቅበት ጊዜ፣ "በ...ስም አጠምቅሃለሁ" የሚል ነገር ተዘግቦ አንመለከትም።
2. በኢየሱስ ስም የተጠመቁ ሰዎች (የጥምቀት ቀመር ሆኖ አገልግሏል ቢባል እንኳ ማለት ነው)፣ በብሉይ ኪዳን ሥርዐት የኖሩና በሕጉም መሠረት እግዚአብሔርን ያመልኩ የነበሩ ሰዎች ናቸው:—
   ሀ) አይሁዶች፤ ሐዋርያት ሥራ 2÷5:38፤ 22÷16።
   ለ) ሳምራውያን፤ ሐዋርያት ሥራ 8÷5:12:16።
   ሐ) እግዚአብሔርን ይፈሩ የነበሩ አሕዛብ (ሃይማኖታቸውንም ወደ ይሁዲነት የቀየሩ)፤ ሐዋርያት ሥራ 10÷1-2:22:48።
   መ) የመጥመቁ ዮሐንስ ደቀ መዛሙርት፣ ሐዋርያት ሥራ 19÷1-5። ዮሐንስ፣ አብርሃም አባታችን የሚሉትን ሰዎች ንስሓ እንዲያስገባና ለመሲሑ መንገድ እንዲያመቻች የተላከ ነቢይ ነው። እነዚህ ሰዎች የመጥመቁ ዮሐንስ ደቀ መዛሙርት ከሆኑ አይሁድ መሆናቸውን ልብ ይሏል።
   ሠ) በቆሮንቶስ የነበሩት የመጀመሪያዎቹ ክርስቲያኖች አይሁዶችና "እግዚአብሔርን ይፈሩ የነበሩ አሕዛብ" ናቸው። ["እግዚአብሔርን ይፈሩ የነበሩ አሕዛብ" የሚለው ሐረግ፣ እምነታቸውን ወደ ይሁዲነት የቀየሩ፣ በትውልድ አሕዛብ የነበሩ ሰዎች መሆናቸውን ልብ ይሏል] ሐዋርያት ሥራ 18÷1-8፤ 1ቆሮንቶስ 1÷13።

ሐ. እግዚአብሔር አብና ኢየሱስ ክርስቶስ የተለያዩ አካላት ናቸው

1. የሚከተሉትን ሰላምታዎች ይመለከቷል፤ ሮሜ 1÷7፤ 1ቆሮንቶስ 1÷3፤ 2ቆሮንቶስ 1÷2፤ ገላትያ 1÷3፤ ኤፌሶን 1÷2፤ 6÷23፤ ፊልጵስዩስ 1÷2፤ 1ተሰሎንቄ 1÷1፤

2ተሰሎንቄ 1÷1:2፣ 1ጢሞ ቴዎስ 1÷1:2፣ 2ጢሞቴዎስ 1÷2፣ ቲቶ 1÷4፣ ፊልሞና 3፣ ያዕቆብ 1÷1፣ 2ጴጥሮስ 1÷2፣ 2ዮሐንስ 3::

2. አብና ወልድ ሁለት ምስክሮች ናቸው፣ ዮሐንስ 5÷31-32፣ 8÷16-18፣ ከሚከተሉት ክፍሎች ጋር ያነጻጽሩ ዘኁልቁ 35÷30፣ ዘዳግም 17÷6፣ 19÷15::
3. አብ ወልድን ልኳል፣ ዮሐንስ 3÷16-17፣ ገላትያ 4÷4፣ 1ዮሐንስ 4÷10፣ ከሚከተሉተ ክፍሎች ጋር ያነጻጽሩ ዮሐንስ 1÷6፣ 17÷18፣ 20÷21::
4. አብና ወልድ እርስ በርሳቸው ይዋደዳሉ፣ ዮሐንስ 3÷35፣ 5÷20፣ 14÷31፣ 15÷9፣ 17÷23-26፣ ከሚከተሉተ ክፍሎች ጋር ያነጻጽሩ ማቴዎስ 3÷17፣ 17÷5፣ 2ጴጥሮስ 1÷17::
5. አብ ለወልድ ይናገራል፣ ወልድም ለአብ ይናገራል፣ ዮሐንስ 11÷41-42፣ 12÷28፣ 17÷1-26 ወዘተ::
6. አብ ወልድን ያውቀዋል፣ ወልድም አብን ያውቀዋል፣ ማቴዎስ 11÷27፣ ሉቃስ 10÷22፣ ዮሐንስ 7÷29፣ 8÷55፣ 10÷15::
7. ኢየሱሰ ጠበቃችን በአብ "ዘንድ" (ግሪክ "ፕሮስ" "πρὸς") ነው ያለው 1ዮሐንስ 2÷1::

መ. ኢየሱስ ክርስቶስ እግዚአብሔር አብ አይደለም

1. ኢሳይያስ 9÷6፣ "የዘላለም አባት" ማለት ዘላለማዊ ማለት እንጂ፣ ኢየሱስ አብ ነው ማለት አይደለም:: "የዘላለም አባት" የሚለው የዕብራይስጥ ቃል ("አቢአድ" "אֲבִיעַד") የሚል ሲሆን፣ ትርጒሙም "አቢ" ማለት አባት ማለት ሲሆን፣ "አድ" ማለት ደግሞ፣ ዘላለማዊ ማለት ነው:: በተገናኝ የሚነበቡ ይህን መሰል በርካታ ስሞች በመጽሐፍ ቅዱስ ውስጥ ይገኛሉ:: ለምሳሌ:— "አቢአልቦን" (2 ሳሙኤል 23÷31 "אֲבִי־עַלְבוֹן") ማለት የጥንካሬ አባት ወይም ጠንካራ ማለት ነው:: "አቢያሳፍ" (ዘፀአት 6÷24 אֲבִיאָסָף) ማለት ደግሞ የመሰብሰብ አባት ወይም ሰብሳቢ ማለት ነው:: "አቢጋኤል" (1ዜና 2÷16 אביגיל) ማለት፣ ከፍ የማለት አባት ወይም ከፍ ያለች ማለት ነው፣ ይህ ስም የሴት ስም እንደ ሆነ ልብ

ይኗል። በዕብራይስ ቋንቋ "አባት" (በዕብራይስጥ አቢ) የሚለው ቃል ከስም ጋር ሲጫፈር (በተገናኝ ሲነበብ) ስሙን የሚየደምቅ ወይም የሚየጸና ነው። ለምሳሌ፡— "የውሸት አባት" ማለት ቀንደኛ ውሸታም እንደ ማለት።

2. ዮሐንስ 10÷30።
   ሀ) ኢየሱስ፣ "እኔ አብ ነኝ" ወይም "አብና ወልድ አንድ አካል ናቸው" አላለም።
   ለ) የብዙ ቊጥር የሚያመለክተው የመጀመሪያ መደብ ተውላጠ ስም "ነን" ("we are" በግሪኩ "እስሜን" "ἐσμεν") የሚለው ቃል፣ አብና ወልድ የተለያዩ መሆናቸውን ያሳያል።
   ሐ) "አንድ" ተብሎ የተተረጐመው የአማርኛ ቃል (በግሪኩ "ሂን" "ἕν") የግዑዝ ጾታን የሚያመለክት ነው። ይህም አብና ወልድ ተመሳሳይ ባሕርይ እንዳላቸው የሚያመለክት እንጂ፣ አንድ አካል መሆናቸውን የሚያስተምር አይደለም። ይህን ክፍል ከዮሐንስ 17÷21-23 ጋር ያነጻጽሩት።

3. ዮሐንስ 5÷43፣ ኢየሱስ በአባቱ በአብ ስም መጣ ማለት ኢየሱስ ክርስቶስ አብ ነው ማለት አይደለም። አንዳንዶች በራሳቸው ስምና ሥልጣን ይመጣሉ፤ ኢየሱስ ግን እንዲህ አይደለም፤ እርሱ የመጣው በአባቱ ስምና ሥልጣን ነው።

4. ዮሐንስ 8÷19፤ 16÷3፣ በርግጥ ኢየሱስን አለማወቅ ማለት አብን አለማወቅ ማለት ነው። ነገር ግን ኢየሱስ በክፍሉ ውስጥ፣ "አባቴ" ተብሎ የተጠቀሰው ነው ማለት አይደለም።

5. ዮሐንስ 14÷6-11።
   ሀ) አብና ወልድ አንድ ዐይነት ባሕርይ እንጂ፣ አንድ አካል ያላቸው አይደሉም።
   ለ) ኢየሱስ፣ "እኔ በአብ እንዳለሁ" አለ እንጂ፣ "እኔ አብ ነኝ" አላለም።
   ሐ) "አብ በእኔ እንዳለ" የሚለው ሐረግ ኢየሱስ አብ እንዳልሆነ የሚያሳይ ነው። ይህን ክፍል ከዮሐንስ 14÷20፤ 17÷21-23 ጋር ያወዳድሩ።

6. ዮሐንስ 14÷18፣ በጥንቱ የዕብራውያን ባህል፣ የበኩር ልጅ ወላጆቹ ሲሞቱ፣ ታናናሾቹን የመጠበቅ/የማስተዳደር ኀላፊነት አለበት፤ በዚህም መንገድ የዚህ ቤተ ሰብ ልጆች የሙት ልጆች እንዳይባሉ ያደርጋቸዋል፤ ይህ ማለት ግን የበኩር ልጁ የልጆቹ አባት ሆነ ማለት አይደለም::
7. ቈላስይስ 2÷9፣ ይህ ክፍል ኢየሱስ አብ ነው ወይም ኢየሱስ አብ ያደረበት ሥጋ ነው የሚል ትምህርት የለውም:: "ቲዎቴቶስ" ("θεότητος") የሚለው የግሪክ ቃል፣ ኢየሱስ አምላክ መሆኑን/የአምላክ ባሕርይ እንዳለው ከዚህም የተነሣ ፍጹም አምላክ እንደ ሆነ የሚያስተምር እንጂ፣ ኢየሱስና አብ አንድ አካል እንዳላቸው የሚያስተምር አይደለም:: "ቲዎቴቶስ" ("θεότητος") የሚለው የግሪክ ቃል፣ ኢየሱስ አብ ነው የሚል መልእክት የለውም:: ኢየሱስ ውስጥ አብ መኖሩ (ዮሐንስ 10÷38፤ 14÷10:11፤ 17÷21) ኢየሱስና አብ አንድ አካል እንዳላቸው የሚያስተምር አይደለም::
8. አብና ወልድ በተመሳሳይ ሥራዎች ውስጥ በኅብረት ሠርተዋል:: ይኸውም ኢየሱስን ከሙታን መካከል በማስነሣት (ገላትያ 1÷1፤ ዮሐንስ 2÷19-22) ለሙታን ሕይወትን በመስጠት (ዮሐንስ 5÷21፤ 6÷39-40:44:54፤ 1ቆሮንቶስ 6÷14) ጸሎትን በመመለስ (ዮሐንስ 5÷21፤ 6÷39-40:44:54፤ 1ቆሮንቶስ 6÷14) መንፈስ ቅዱስን በመላክ (ዮሐንስ 14÷16፤ 15÷26፤ 16÷7) ሰዎችን ወደ ኢየሱስ በማምጣት (ዮሐንስ 6÷44፤ 12÷32) ወዘተ:: አብና ወልድ አንድ ዐይነት ሥራ በኅብረት መሥራታቸው አብ አምላክ እንደ ሆነ ሁሉ ወልድም አምላክ መሆኑን የሚያመለክት እንጂ፣ ኢየሱስ አብ መሆኑን የሚያስተምር አይደለም::

ሠ. ኢየሱስ ሰው ሆኖ ወደዚህች ምድር ከመምጣቱ በፊት እንዲሁም ፍጥረታት ከመፈጠራቸው በፊት ነበር:: ይህ፣ ኢየሱስ ከአብ የተለየ ማንነት እንዳለው የሚያስተምር ብቻ ሳይሆን፣ በቤተ ልሔም ከመወለዱም በፊት የነበረ መሆኑን

የሚያስተምር ነው:: ይህ፣ እግዚአብሔር ወልድ ከእግዚአብሔር አብ ጋር ለዘላለም ዓለም አብሮ መኖሩን የሚያመለክት ነው:: ይህም አብና ወልድ የተለያዩ አካላት መሆናቸውን ያሳያል::

1. ኢየሱስ የሁሉ ነገር ፈጣሪ ነው::
2. ኢየሱስ የሁሉ ነገር ፈጣሪ ነው፣ ከላይ VI.ሡ.1 ይመለከቷል::
3. ኢየሱስ ፍጥረታት ከመፈጠራቸው በፊት (ከፍጥረት ዓለም አስቀድሞ)፣ ከአብ ጋር "አብሮ" ነበር ("ፕሮስ" "πρὸς" ወይም "ፓራ" "παρά" የሚለው የግሪኩ ቃል በአማርኛ ቅጆች ላይ "ዘንድ" ተብሎ ነው የተተረጐመው)፤ ዮሐንስ 1÷1፤ 17÷5፤ 1ዮሐንስ 2÷1[49]::

---

[49] "የሐዋርያት ቤተ ክርስቲያን" ሰባኪ የሆኑት ቢሾፕ ደጉ ከበደ፣ *"በሥጋ የተገለጠ አንድ አምላክ"* በሚለው መጽሐፋቸው (ገጽ 24 እና 25 ላይ)፣ ይህን የሰዋስው ሕግ በትክክል ባልተረዳ መንገድ፣ ሒስ ለመሰንዘር ሙከራ አድርገዋል:: ይህ እሳቸው እንደሚሉት፣ "ዘንድ" የሚለው የአማርኛ ቃል (መስተዋድድ) ባለባቸው ምንባባት ላይ ሳይሆን፣ ግሪኩ፣ "ፕሮስ" "πρὸς" ወይም "ፓራ" "παρά" የሚለው መስተዋድድ፣ በተሳቢ ሙያ (objective case) በሚቀደምባቸው ቦታዎች ላይ ብቻ ነው:: ለምሳሌ በእንግሊዝኛ የመጽሐፍ ቅዱስ ቅጆች ላይ፣ ቃሉ በተሳቢ ሙያ በማይቀደምባቸው ቦታዎች፣ ግን ግንኙነትን በሚያሳይ መልኩ አልተተረጐመም፤ ይልቁንም ዐውዳዊ ትርጕሙን በተከተለ መልክ፣ በሚከተለው መንገድ እንጂ:— "to", "among", "from", "against", "about", "according to", "with regard to", "to the point of", "at the time." ለበለጠ ማብራሪያ ሚከተሉትን የኮይኔ ግሪክ ሰዋስው መጻሕፍት ይመለከቷል:— Arndt, W., Gingrich, F. W., Danker, F. W., & Bauer, W. 1996, c1979. *A Greek-English Lexicon of the New Testament and Other Early Christian Literature: A Translation and Adaption of the Fourth Revised and Augmented Edition of Walter Bauer's Griechisch-deutsches Worterbuch zu den Schrift en des Neuen Testaments und der ubrigen urchristlichen Literatur.* University of Chicago Press: Chicago. 709. Daniel B. Wallace, *Greek Grammar Beyond the Basics: An Exegetical Syntax of the New Testament* (Grand Rapids: Zondervan, 1996). A. T. Robertson, *A Grammar of the Greek New Testament in the Light of Historical Research* (Nashville: Broadman Press, 1934), 883. A. T. Robertson, *Word Pictures in the New Testament* (Nashville: Broadman Press, 1932), 4-5. Murray J. Harris, *Jesus as God: The New Testament Use of Theos in Reference to Jesus* (Grand Rapids: Baker, 1992).

4. ኢየሱስ የእግዚአብሔር ልጅ፣ ከእርሱ ቀድሞ ከተወለደው ከመጥመቁ ዮሐንስ በፊት ነበር፣ ዮሐንስ 1÷15 ከዮሐንስ 1÷14-18: 29-34 ጋር ያወዳድሯል::
5. ኢየሱስ፣ ከሰማይ የመጣ፣ ከአብ የተላከ፣ ወደ ሰማይ የወጣ፣ ወደ አባቱ የተመለሰ ነው፤ ዮሐንስ 3÷13:31፤ 6÷33:38:41:46:51:56-58:62፤ 8÷23:42፤ 13÷3፤ 16÷27-28፤ ከሐዋርያት ሥራ 1÷10-11 ጋር ያወዳድሯል፤ እንዲሁም መንፈስ ቅዱስ ከመላኩ ጋር ያወዳድሯል ዮሐንስ 16:5-7፤ 1ጴጥሮስ 1÷12::
6. ኢየሱስ የእግዚአብሔር ልጅ እንደ መሆኑ መጠን (ዮሐንስ 8÷54-56)፣ ከአብርሃም በፊት እንደ ነበረ ተናግሯል ዮሐንስ 8÷58::
7. ኢየሱስ ፍጥረታት ከመፈጠራቸው በፊት (ከፍጥረተ ዓለም አስቀድሞ)፣ እንደ ነበረ ተናግሯል ቈላስይስ 1÷17፤ ከ1÷12-20 ጋር ያወዳድሯል::
8. እስካሁን ያልናቸው እግዚአብሔር ነገሮችን አስቀድሞ ከማወቁ ጋር የሚቃረኑ አይደሉም:: እግዚአብሔር ነገሮች ከመፈጠራቸው በፊት ያውቃቸዋል ማለት፣ ከመፈጠራቸው በፊት ህልውና ነበራቸው ማለት አይደለም::
   ሀ) ፍጥረታት ከመፈጠራቸው በፊት እኛ ሁላችን በእግዚአብሔር አእምሮ ውስጥ ነበርን፤ ነገር ግን የዮሐንስ 1÷1፣ እንዲሁም 17÷5 ክፍሎች ስለ ክርስቶስ የሚያስተምሩት ትምህርት እንደዚያ አይደለም::
   ለ) ሁሉ ነገር በእርሱ ከተፈጠረ፣ እርሱ ከፍጥረት በፊት ነበረ ማለት ነው::
9. ኢየሱስ "ዛሬ ወለድሁህ" መባሉ፣ ኢየሱስ ልጅ የተባለው ፍጥረታት በተፈጠሩበት ቀን ነው ማለት አይደለም፤ ምክንያቱም ይህ ክፍል የሚናገረው በትንሣኤ ቀን ስላለው ክብር ነውና (ሐዋርያት ሥራ 13÷33፤ ዕብራውያን 1÷3-5፤ 5÷5፤ ከመዝሙር 2÷7፤ ጋር ያወዳድሯል፤ እንዲሁም ከሮሜ 1÷4 ጋር)::

ረ. ኢየሱስ መንፈስ ቅዱስ አይደለም

1. መንፈስ ቅዱስ፣ "ሌላ አጽናኝ ነው" ዮሐንስ 14÷16፤ ከ1ዮሐንስ 2÷1 ጋር ያወዳድሯል::
2. ኢየሱስ፣ መንፈስ ቅዱስን ልኮታል ዮሐንስ 15÷26፤ 16÷7::
3. መንፈስ ቅዱስ ኢየሱስን እንደሚያከብር መናገሩ ለወልድ ራሱን ዝቅ ("humility") ማድረጉን ያሳያል ዮሐንስ 16÷13-14::
4. ወልድና መንፈስ ቅዱስ የተለያዩ አካላት መሆናቸው (ወልድ የራሱ አካል እንዳለው ሁሉ፣ መንፈስ ቅዱስም የራሱ አካል እንዳለው በማቴዎስ 28÷19 ላይ ተገልጾአል)::
5. መንፈስ ቅዱስ በኢየሱስ ላይ ወርዶበታል ሉቃስ 3÷22::
6. ኢየሱስ መንፈስ ቅዱስ ነውን?
   ሀ) 2ቆሮንቶስ 3÷17፣ በዚህ ክፍል ኢየሱስ ሳይሆን፣ መንፈስ ቅዱስ ጌታ ተብሎአል፤ ይህም መንፈስ ቅዱስ አምላክ ወይም ያህዌ መሆኑን ያሳያል:: (ቍጥር 16 በአንዳንድ ቅጅች ቍጥር 17 ከዘፀአት 34÷34 የተጠቀሰ ነው) ሐዋርያት ሥራ 28÷25-27 ከኢሳይያስ 6÷8-10 ጋር ያነጻጽሯል::
   ለ) 1ቆሮንቶስ 15÷45፣ ኢየሱስ "ሕይወትን የሚሰጥ መንፈስ" መባሉ፣ በበዓለ ኀምሳ ቀን የወረደው መንፈስ ቅዱስ ነው ማለት አይደለም:: "ሕይወትን የሚሰጥ መንፈስ" ማለት እግዚአብሔር እንደ መሆኑ መጠን መንፈስ መሆኑን የሚያሳይ እንዲሁም በከበረ የትንሣኤ አካል ከሙታን መነሣቱን የሚያመለክት ነው:: ምንም እንኳ ሦስት መንፈስ ባይኖርም፣ የሥላሴ አካላት የሆኑት አብና መንፈስ ቅዱስ መናፍስት ናቸው:: መንፈስ ቅዱስ ግን መንፈስ በመባል ይጠራል::
   ሐ) ሮሜ 8÷27:34፣ ሁለቱ አካላት ስለ እኛ መማለዳቸው ሁለት አማላጅ[50] እንዳለን የሚያመለክት ነው እንጂ

[50] "ማለደ" የሚለው ቃል ብዙ ትርጕም ሊወክል ይችላል:: ለምሳሌ 1) "ማለደ" ማለት ማልዶ ተነሣ (በጧት ተነሣ) ማለት ሊሆን ይችላል:: በዚህ ትርጕም መሠረት

“ማላጅ” ማለት በጧት መነሣት የሚወድ ወይም ጧት ከቤቱ ወጥቶ የሚሄድ ሰው ማለት ነው። 2) “ማለደ” ማለት ለመነ፣ ደጅ ጠና የሚል ትርጉም ሊወክል ይችላል። በዚህ ትርጉም መሠረት ደግሞ፣ “ምልጃ” ማለት ልመና ወይም ደጅ ጥናት ማለት ነው። 3) “አማለደ” ማለት ደግሞ፣ በሁለትና ከሁለት በላይ በሆኑ ሰዎች ወይም ወገኖች መካከል የተፈጠረን ቅራኔ፣ ጠብ ወዘተ እንዲወገድ አደረገ፣ አስታረቀ ወይም ሸመገለ ማለት ነው። የሚለመነው ሰው ለማኙን ይቅርታ እንዲያደርግለት ወይም የሚፈልገውን ጉዳይ እንዲፈጽምለት በለማኙ ስም ተማጸነ ማለት ነው።

ማለደ/አማለደ የሚለው ቃል በነገረ መለኮት በተለይም ክርስቶስን በተመለከተ ያለውን ትርጉም ደግሞ በአጭሩ እንቃኝ። በብሉይ ኪዳን ሦስት ዐይነት አገልግሎቶች ነበሩ። እነርሱም ነቢይነት፣ ክህነትና ንጉሥነት ናቸው። ነቢያት የእግዚአብሔርን ፈቃድ ለሕዝቡ የሚያስታውቁ ሲሆን (ነቢይ እግዚአብሔርን ወክሎ ለሕዝቡ ይናገራል፤ በዚህም የእግዚአብሔር አፍ ይሰኛል)፣ ካህናት ደግሞ ለእግዚአብሔር መሥዋዕት፣ ጸሎትና ምስጋና ያቀርባሉ (ካህን ሕዝቡን ወክሎ ለእግዚአብሔር ይናገራል፤ በዚህም የሕዝብ አፍ ይባላል)፣ ንጉሥ ደግሞ የእግዚአብሔር ወኪል በመሆን ሕዝቡን ያስተዳድራል።

ኢየሱስ እነዚህን የአገልግሎቶች አገልግሏል። እንደ ነቢይ እግዚአብሔርንና የእግዚአብሔርን ሐሳብ/ፈቃድ አስታውቆናል። እንደ ካህን ለኀጢአታችን ራሱን መሥዋዕት አድርጎ አቅርቧል። እንደ ንጉሥ ደግሞ፣ በዓለማት ላይና በቤተ ክርስቲያን ላይ ይገዛል/ያስተዳድራል።

በአዲስ ኪዳን ኢየሱስ ክርስቶስ ሊቀ ካህናችን ስለሆነ የሚከተሉትን ሦስተ ዐበይት አገልግሎቶች ሰጥቶአል/በመስጠት ላይም ይገኛል። 1) ለኀጢአታችን ፍጹም የሆነ መሥዋዕት አቅርቦአል (ዕብራውያን 4÷14፤ 9÷24፤ 10÷4፤ 9÷26፤ 7÷27:24-28፤ 10÷1-2:10:12:14፤ 13÷12)። 2) ዘወትር በእግዚአብሔር ፊት ያቀርበናል (ዕብራውያን 9÷1-7:24፤ 6÷19-20፤ 10÷19-22)። 3) ዘወትር ስለእኛ ይማልዳል። በሮሜ 8÷34 እንዲሁም በዕብራውያን 7÷25 መሠረት ማለደ በግሪኩ “ኢንቲጋኬኖ ἐντυγχάνω” የሚለው ቃል፣ ኢየሱስ ለሰው ልጆች በተወሰኑ (specific) ርእሰ ጉዳዮች ላይ ልመና ዐቀረበ የሚለውን ትርጉም ወክሎ ቀርቧል። አንዳንድ ሰዎች ኢየሱስ ክርስቶስ በዚህች ምድር በነበረበት ጊዜ ብቻ ነው የምልጃ አገልግሎት ያገለገለው፣ ከዕርገቱ በኋላ ይህን አገልግሎት አላገለገለም ወይም እርሱ ተማላጅ እንጂ አማላጅ አይደለም ይላሉ። ምናልባት ይህ ዐይነቱ አስተሳሰብ ሊመጣ የቻለው፣ ኢየሱስ አማላጅ ሆኖ በእግዚአብሔር ፊት መቅረቡ ከአብ ያሳንሰዋል ከሚለው ፍርሃት የመነጨ ሊሆን ይችላል። ድምዳሜው ግን ስሕተት ነው። ከማንነት የተነሣ ማነስና (ontological subordination) ከሥራ ክፍፍል የተነሣ ማነስ (functional subordination) የሚሉት የነገረ መለኮት ትምህርቶችን ልብ ልንላቸው ይገባል። ኢየሱስ ክርስቶስ በማንነቱ ከአብ ጋር በሁሉ ነገር እኩል ሲሆን፣ በሥራ ክፍፍል ግን ለሰው ልጆች ኀጢአት ራሱን ለአብ ዝቅ አድርጎ ሲያቀርብ ይታያል። በተጨማሪም ኢየሱስ ክርስቶስ ከዕርገቱ በኋላ የማማለድ ሥራውን እንደ ሠራ ቃለ እግዚአብሔር በግልጥ

ኢየሱስ መንፈስ ቅዱስ መሆኑን የሚያስተምር አይደለም (ዮሐንስ 14÷16፣ ሮሜ 8÷26፣ 1ዮሐንስ 2÷1)፡፡

መ) ዮሐንስ 14÷18፣ እዚህ ላይ ኢየሱስ ከትንሣኤው በኋላ ለደቀ መዛሙርቱ እንደሚገለጥላቸው የሚያሳይ እንጂ፣ የመንፈስ ቅዱስን መምጣት የሚያሳይ አይደለም፤ ይህን ክፍል ከዮሐንስ 14÷19 ጋር ያወዳድሯል፡፡

ሠ) ኢየሱስና መንፈስ ቅዱስ በተመሳሳይ ሥራ ላይ ተካፋይ ሆነዋል፤ ይኸውም ኢየሱስን ከሙታን በማስነሣት (ዮሐንስ 2÷19-19-22፤ ሮሜ 8÷9-11)፣ ሙታንን ከሙታን በማስነሣት (ዮሐንስ 5÷21፤ 6÷39-

---

ያስተምረናል፡፡ ለምሳሌ ኢየሱስ ክርስቶስ ከዕርገቱ በኋላ ይህን የምልጃ አገልግሎት እንዳገለገለ ከሮሜ 8÷34 መመልከት ይቻላል፡፡ ክፍሉ "የሚማልደው" በግሪኩ "ኢንቲጋኬኖ ἐντυγχάνω" እንጂ፣ "የሚማለደው" አይልም፡፡ መንፈስ ቅዱስ ለአማኞች ይማልዳል ስንልም በግሪኩ "ኢንቲጋኬኖ ἐντυγχάνω" የሚለውን ቃል በሚወክል መልኩ ነው፡፡

መላእክትም ሆኑ ቅዱሳን ሰማዕታት ለሰው ልጆች ይማልዳሉ (በሁለተኛውም ሆነ በሦስተኛው ትርጉሙ) የሚለው ትምህርት፣ በመጽሐፍ ቅዱስ አንዳችም ድጋፍ ያለው አይመስለኝም፡፡ አንዳንድ ሰዎች ለሙግታቸው መሠረት አድርገው የሚያቀርቡት የቤተ ክርስቲያንን ታሪክ ነው፡፡ ይህም ቢሆን ብዙ የሚያከራክር ቢሆንም፣ ቅድሚያ ልንሰጠው የሚገባን ለታሪክ ሳይሆን ለቃለ እግዚአብሔር ነው፡፡ ከቃለ እግዚአብሔር ጋር በሚጣጣም መልኩ ታሪክን ማጣቀስ ወይም ቃለ እግዚአብሔር አፍታቶ ያልነገረንን ነገር አጥርቶ ለማየት ታሪክን ወይም ደግሞ ትውፊትን ዋቢ አድርጎ ማቅረብ ተገቢ ነው፡፡ በታሪክ መሠዊያ ላይ ቃለ እግዚአብሔርን መሥዋዕት አድርጎ ማቅረብ ግን የወንጌል አገልጋይ አያሰኝም፡፡ በታሪክ የሚደግፍ ነገር ቢገኝ እንኳ ማለቴ እንጂ፣ ታሪክ የመላእክትንና የቅዱሳን ሰማዕታትን አማላጅነት ያስተምራል የሚል አቋም ስላለኝ አይደለም፡፡

አንዳንድ ጸሓፍት መምህራን የምልጃንና (intercession ወይም Intermediate) የወጆን (redemption) አስተምህሮ ሲያቀላቅሉት ስለሚታይ፣ አንባብያን ጥንቃቄ መውሰድ ይኖርባቸዋል፡፡ ምልጃ ማለት "በተወሰኑ (specific) ርእሰ ጉዳዮች ላይ ስለ አማኞች በአብ ፊት ልመናን ማቅረብ" የሚል ትርጉም ሲኖረው፣ ወጆ ማለት ደግሞ "ከኃጢአትና ከሰይጣን ባርነት ዕዳን በመክፈል ዐርነት/ነጻ ማውጣትን" ይመለከታል፡፡ የወጆን አስተምህሮ ለማብራራት ተዘውትሮ የሚቀርበውን ታሪካዊ ማብራሪያ ልብ ይሏል፤ ይኸውም የጥንት ባሮችን ዐርነት/ነጻ ለማውጣት ይከፈል የነበረውን ዋጋ (ransom) ማለቴ ነው፡፡

40:44:54፤ ሮሜ 8÷9-11)፣ በአማኞች ውስጥ በማደር (ዮሐንስ 14÷16፤ 2ቆሮንቶስ 13÷5፤ ቈላስይስ 1÷27)፣ ለአማኞች በመማለድ (ሮሜ 8÷26፤ ዕብራውያን 7÷25)፣ አማኞችን በመቀደስ (ኤፌሶን 5÷26፤ 1ጴጥሮስ 1÷2) ወዘተ:: እነዚህ ሥራዎች ሁለቱም አካላት እግዚአብሔር መሆናቸውን የሚያሳይ እንጂ፣ ኢየሱስ መንፈስ ቅዱስ መሆኑን አይደለም::

ሰ. አብ መንፈስ ቅዱስ አይደለም

1. አብ መንፈስ ቅዱስን ልኮታል ዮሐንስ 14÷15፤ 15÷26::
2. መንፈስ ቅዱስ ወደ አብ ለአማኞች ይማልዳል ሮሜ 8÷26-27::
3. አብና መንፈስ ቅዱስ ሁለት የተለያዩ አካላት መሆናቸው በማቴዎስ 28÷19 ላይ ተገልጾአል::
4. አብ መንፈስ ቅዱስ ነውን?
   ሀ) ማቴዎስ 1÷18፤ ሉቃስ 1÷35፣ አንዳንዶች ከእነዚህ ክፍሎች በመነሣት መንፈስ ቅዱስ፣ ለወልድ ሥጋዊ አባት ነው ይላሉ፤ ይህ ግን ኢየሱስ በሰብአዊ ሁኔታ በሁለት ተቃራኒ ጾታዎች መካከል በሚካሄድ የገብረሥጋ ግንኙነት አይደለም::
   ለ) አብና መንፈስ ቅዱስ በተለያዩ ሥራዎች ውስጥ በኅብረት ሠርተዋል፤ ይኸውም በኢየሱስ ትንሣኤ (ገላትያ 1÷1፤ ሮሜ 8÷11) ኢየሱስን በማጽናናት (2ቆሮንቶስ 1÷3-4፤ ዮሐንስ 14÷26) ኢየሱስን በመቀደስ (ይሁዳ 1፤ 1ጴጥሮስ 1÷2) ወዘተ:: ይህ የሚያሳየን ሁለቱ አካላት በኅብረት መሥራታቸውን እንጂ፣ ሁለቱ አካላት አንድ መሆናቸውን አይደለም::

VII. ማጠቃለያ:— መጽሐፍ ቅዱስ ስለ ሥላሴ ያስተምራል?

ሀ. ቃለ እግዚአብሔር ስለ ትምህርተ ሥላሴ ያስተምራል::

1. አንድ እግዚአብሔር ብቻ አለ ወይም እግዚአብሔር አንድ ብቻ ነው::
2. አብ እግዚአብሔር ነው::

3. ወልድ እግዚአብሔር ነው።
4. መንፈስ ቅዱስ እግዚአብሔር ነው።
5. አብ የራሱ አካል አለው፤ ወልድ የራሱ አካል አለው፤ መንፈስ ቅዱስም የራሱ አካል አለው።

ለ. አዲስ ኪዳን በተደጋጋሚነት አብ፣ ወልድ፣ መንፈስ ቅዱስ ያስተምራል (እግዚአብሔር፣ ክርስቶስ፣ መንፈስ ቅዱስ ወይም አብ፣ ወልድ መንፈስ ቅዱስ) **ማቴዎስ** 28፥19፤ **2ቆሮንቶስ** 13፥14፤ እንዲሁም **ሉቃስ** 1፥35፤ 3፥21-22፤ 4፥1-12፤ **ዮሐንስ** 4፥10-25፤ 7፥37-39፤ 14፥16፤ 20፥21-22፤ **ሐዋርያት ሥራ** 1፥4-8፤ 2፥33:38-39፤ 5፥3-4:9:30-32፤ 7፥55-56፤ 10፥36-38:44-48፤ 11፥15-18፤ 15፥8-11፤ 20፥38፤ 28፥25-31፤ **ሮሜ** 1፥1-4፤ 5፥5-10፤ 8፥2-4:9-11:14-17፤ **1ቆሮንቶስ** 6፥11፤ 12፥4-6:11-12:18፤ **2ቆሮንቶስ** 1፥19-22፤ 3፥6-8:14-18፤ **ገላትያ** 3፥8-14፤ 4፥4-7፤ **ኤፌሶን** 1፥3-17፤ 2፥18:21-22፤ 3፥14-19፤ 4፥4-6:29-32፤ 5፥18-20፤ **ፊልጵስዩስ** 3፥3፤ **1ተሰሎንቄ** 1፥3-6፤ **2ተሰሎንቄ** 2፥13-14፤ **ቲቶ** 3፥4-6፤ **ዕብራውያን** 2፥3-4፤ 9፥14፤ 10፥28-31፤ **1ጴጥሮስ** 1፥2፤ **1ዮሐንስ** 3፥21-24፤ 4፥13-14፤ **ይሁዳ** 20-21፤ **ራእይ** 2፥18:27-29።

ሐ. ከዚህ የምንማረው ቃለ እግዚአብሔር ስለሥላሴ እንደሚያስተምር ነው።

VIII. አስተምህሮተ ሥላሴ በእምነት አስተምህሮ ላይ ምን ለውጥ ያመጣል?

ሀ. ሉዓላዊነት፣ ከሥላሴ አካላት የምንማረው፣ እግዚአብሔር የፈጠረን ፍቅራችንን ለሌሎች እንድናካፍል አድርጎ ነው (**ሐዋርያት ሥራ** 17፥25፤ **ዮሐንስ** 17፥21-26)።

ለ. ምስጢር፤ በዚህ ምድር ሥላሴን የሚመስል አንዳችም ነገር የለም፤ ይህም እግዚአብሔር በአካባቢያችን ካሉም ሆነ ከምናስባቸው ነገሮች ሁሉ በላይ መሆኑን የሚያስተምረን ነው **ሮሜ** 11፥33-36፤ **ኢሳይያስ** 40፥18።

ሐ. ድኅነት፤ ድኅነታችንን አስቀድሞ ያቀደው፣ ሊያድነን ወደ እኛ የመጣው፣ በእኛ መካከል ያደረው እንዲሁም

ድኅነታችንን የፈጸመው ወዘተ ሥላሴ ነው 1ጴጥሮስ 1÷2፤ ኤፌሶን 1÷3-18::

መ. ጸሎት፤ በወልድ በኩል ወደ አብ እንጸልያለን፣ በመንፈስም ወደ ወልድ በቀጥታ መጸለይ እንችላለን ዮሐንስ 14÷13-14፤ ኤፌሶን 2÷18 ወዘተ::

ሠ. አምልኮ፤ አብና ወልድን በመንፈስ እናመልካለን ዮሐንስ 4÷23-24፤ ፊልጵስዩስ 3÷3፤ ዕብራውያን 1÷8 ወዘተ::

ረ. ፍቅር፤ በሥላሴ አካላት መካከል ያለው ፍቅር፣ እርስ በርሳችን ላለን ፍቅር መሠረት ነው ዮሐንስ 17÷26::

ሰ. አንድነት፤ የሥላሴ አካላት ኅብረት የቤተ ክርስቲያን ኅብረት ማእከል ነው ዮሐንስ 17÷21-23::

ሸ. ትሕትና፤ የሥላሴ አካላት አንዱ የሌላውን ለማክበር ያላቸው ፍላጎት፣ እኛም ከራሳችን ይልቅ የሌሎችን ፍሎጎት እንድንፈልግ ያደርገናል ፊልጵስዩስ 2÷5-11፤ ዮሐንስ 16÷13-14::

ቀ. ልጅነት፤ በመንፈስ ቅዱስ ሥራ አማካይነት ከእግዚአብሔር ልጅ ጋር ኅብረት ሲኖረን፣ የእግዚአብሔር ልጆች እንሆናለን፤ ይኸውም እግዚአብሔር የማደጎ ልጆቹ ያደርገናል ዮሐንስ 1÷12-23፤ ሮሜ 8÷14-17::

በ. እውነት፤ እግዚአብሔርን ከልብ የሚወዱና በእውነት ሊያመልኩት የሚፈልጉ ሰዎች፣ እግዚአብሔር እውነት እንደ ሆነ ሊያውቁ ይገባል፤ አብ፣ ወልድና መንፈስ ቅዱስ እውነት ነው ዮሐንስ 4÷24፤ 14÷6:17፤ 15÷26፤ 16÷13::

የውይይት ጥያቄዎች

ይህ ምዕራፍ ትምህርተ ሥላሴ ማለት ምን ማለት እንደ ሆነ እንዲሁም ቤተ ክርስቲያን ይህን አስተምህሮ ለመቀበል ምክንያት የሆኗትን መጽሐፍ ቅዱሳዊ ማስረጃዎች ለመተንተን ሙከራ አድርጓል፡፡ በአንጻሩ ሰባልዮሳውያንና አርዮሳውያን ትምህርተ ሥላሴን ላለመቀበል ምክንያት አድርገው ለሚያቀርቧቸው መጽሐፍ ቅዱሳዊ ምንባባት ምላሽ ተሰጥቶአል፡፡ ይህ የሁለት-እዮሽ አካሄድ ክርስቲያኑ ማኅበረሰብ መሠረተ እምነቱን በትክክል እንዲረዳ ከማድረጉም ባሻገር፣ በአማራጭነት የሚቀርቡ ትንታኔዎች ዐቢይ ችግራቸው ምን እንደ ሆነ ለማመላከት ተሞክሯል፡፡ የሚከተሉት ጥያቄዎች ርእሰ ጉዳዩን በጠለለ መንገድ ለማየት እንዲሁም የርእሰ ጉዳዩን ጭብጥ ለአእምሮ ግቡዕ በሆነ መልክ ያቀብላሉ ያልናቸው ናቸው፡፡ ጥያቄዎቹ ወሳኝ እንዲሁም በርካታ እንደ መሆናቸው መጠን በአንድ የውይይት ጊዜ ተወያይቶ መጨረስ አዳጋች ነው፤ እነዚህ ጥያቄዎች ቢያንስ አራት የውይይት ክፍለ ጊዜ የሚፈልጉ ናቸው፡፡ ስለዚህ የቡድኑ አባላት ርእሰ ጉዳዩን በቂ ጊዜ ሰጥተው፣ በሰከነ መልክ እንዲመረምሩት ከልብ እናበረታታለን፡፡

1. መጽሐፉ የተከተለውን ይህን የሁለት-እዮሽ አካሄድ ወደውታል? በዚህ መልኩ አንድን ርእሰ ጉዳይ ማጥናት ጠቀሜታው ወይም ጉዳቱ ምንድን ነው?
2. በዚህ ምዕራፍ ስለ ትምህርተ ሥላሴ ጠቃሚ የሆነ መጽሐፍ ቅዱሳዊ መረጃ ያገኙ ይመስልዎታል? ይህን ምዕራፍ ከማንበብዎ በፊት ስለ ትምህርተ ሥላሴ የነበርዎት መረዳት ምን ይመስል ነበር?
3. በዚህ ምዕራፍ መጀመሪያ ላይ የትምህርተ ሥላሴ መሠረታውያን የሚባሉትን አምስት ነጥቦች ተመልክተናል፡፡ ከእነዚህ አምስት ነጥቦች መኻል፣ ሰዎች በተሳሳተ መንገድ የሚረዱት ነጥብ የቱ ነው? ለዚህስ ምክንያቱ ምን ሊሆን ይችላል?
4. ከእነዚህ አምስት መሠረታውያን ነጥቦች ውስጥ እጅግ አከራካሪ የሆነው ነጥብ የቱ ነው (ነጥቦች የትኞቹ ናቸው)? ለምንስ አከራካሪ ሊሆን እንደ ቻለ ማብራሪያ ይስጡበት፡፡

5. ከእነዚህ አምስት መሠረታውያን ነጥቦች ውስጥ በመጽሐፉ አጥጋቢ ማብራሪያ የቀረበለት ነጥብ የቱ ነው? የቱስ ነጥብ አጥጋቢ ማብራሪያ አልቀረበለትም? ምላሾን በመረጃ ያስደግፉ።

6. እግዚአብሔር አንድ ነው ስንል መላእክትም ሆኑ ሰዎች አማልክት አይደሉም ወይም አንዳችም መለኮታዊ ባሕርይ የለባቸውም ማለታችን ነው። ሰውም ሰው ነው፤ መላእክትም መላእክት ናቸው—ከዚህ አይጨምርም ከዚህም አይቀንስም። ይህን ሐቅ በመተላለፍ "እንደ እግዚአብሔር እሆናለሁ" ያለው ሰው በራሱ ላይ ያመጣው አበሳና ፍዳን (ሥቃይ) እንጂ፣ አምላክ መሆንን አይደለም (ዘፍ. 3÷22)። ሰይጣንም "በልዑል እመስሳለሁ" ማለቱ ጥፋትን እንጂ አምላክ መሆንን አላስገኘለትም (ኢሳ. 14÷14)። በአጠቃላይ፣ "እንደ እግዚአብሔር ሆናለሁ" የሚለው ተምኔት (ክጃሎት) የሐሰት አባት ከሆነው ከሰይጣን ዲያብሎስ የሚቀዳ ውሸት ነው (ዘፍ. 3÷5፤ ኢሳ. 14÷14፤ ዮሐ. 8÷44)። የመጽሐፍ ቅዱስ ትምህርት ይህ ቢሆንም "የእምነት እንቅስቃሴ" ወይም "የብልጥግና ወንጌል" መምህራን ሰው አምላክ ቀመስ ባሕርይ እንዳለው ይገልጻሉ። ለዚህ አግደም ዐደግ ትምህርት በአስረጅነት የሚያቀርቡት፣ አምላክ ሰውን "በመልኩና በአምሳሉ" ፈጥሮታል፣ የሰው ልጅ "የመለኮት ባሕርይ ተካፋይ" ነው እንዲሁም ሰዎች "ክርስቶስን ምሰሉ" የሚል ትእዛዝ ተሰጥቶአቸዋል የሚሉት ክፍሎች ናቸው። በርግጥ እነዚህ ምንባባት ሰው ትንሽ አምላክ ነው ይላሉን? በጥልቀት ይወያዩባቸው።

7. ይሖዋ ምስክሮች ክርስቶስ አምላክ ለመሆኑ መጽሐፍ ቅዱሳዊ ማስረጃ ሲቀርብላቸው ሙሴም "አምላክ ተብሏል" (ዘፀ. 4÷16፤ 7÷1) አምላክ መባሉ ግን አምላክ መሆኑን አያሳይም፤ ልክ እንደዚሁ ሁሉ ኢየሱስም አምላክ ወይም እግዚአብሔር መባሉ አምላክነቱን አመላካች አይደለም ባዮች ናቸው። የዚህ ሙግት ስሕተት ምንድን ነው?

8. መዝሙር 82 ላይ ሰዎች አማልክት (በዕብራይስጡ ኤሎሂም "אֱלֹהִים") ተብለዋልን? የክፍሉን ዐውደ ምንባብ መሠረት በማድረግ ማብራሪያዎን ያቅርቡ።

9. እግዚአብሔር ራሱን በብዙ ቁጥር ተውላጠ ስሞች "እኛ" በማለት ጠርቶአል (ዘፍጥረት 1÷26፣ 3÷22፣ 11÷7)፡፡ ትምህርተ ሥላሴን የማይቀበሉ ሰዎች ለእነዚህ ምንባባት የሚያቀርቡት ትንታኔ አሳማኝ የማይሆንበትን ምክንያት ለቡድኑ አባላት ያብራሩ፡፡

10. ኢየሱስ በቀጥታ "አምላክ" (በግሪክ "ቴዎስ" θεὸς በዕብራይስጥ "አልጊቦር" אֵל גִּבּוֹר) መባሉን የሚያስረዱትን ዐሥሩን የመጽሐፍ ቅዱስ ምንባባት በቃል በማጥናት፣ በክፍሎቹ ላይ የሚቀርቡ ስሑት ትንታኔዎች ምን እንደ ሆኑ ለቡድኑ አባላት ይግለጹ፡፡

11. ራእይ 3÷14 እንግሊዝኛ ቅጆችን ጨምሮ በተለያዩ የመጽሐፍ ቅዱስ ትርጕሞች ያንብቡ፡፡ በእነዚህ ትርጕሞች ውስጥ ያሉትን ልዩነቶች እንዲሁም እርሶ የሚደግፉት ትርጕም የቱ እንደ ሆነ፣ ለምንስ ወደዚያ ውሳኔ እንደ መጠ - ለቡድኑ አባላት ይግለጹ፡፡

12. ዮሐንስ 1÷18 እንግሊዝኛ ቅጆችን ጨምሮ በተለያዩ የመጽሐፍ ቅዱስ ትርጕሞች ያንብቡ፡፡ በእነዚህ ትርጕሞች ውስጥ ያሉትን ልዩነቶች እንዲሁም እርሶ የሚደግፉት ትርጕም የቱ እንደ ሆነ፣ ለምንስ ወደዚያ ውሳኔ እንደ መጠ - ለቡድኑ አባላት ያብራሩ፡፡

13. 2ጴጥሮስ 1÷1 እንዲሁም ቲቶ 2÷13 አንድ የሚያደርጋቸው የሰዋስው አወቃቀር የቱ ነው፡፡ የሰዋስው ሕጉን ግልጽ በሆነ መልክ ለቡድኑ አባላት ያብራሩ፡፡

14. ይሖዋ ምስክሮች ኢየሱስ ፍጡር ነው ለማለት የሚያቀርቧቸው ሦስት ክፍሎች የትኞቹ ናቸው? ለማብራሪያቸው አጥጋቢ ምላሽ አልዎትን? ትንታኔዎን ለቡድኑ አባላት ያስረዱ፡፡

15. ኢየሱስ "መጀመሪያውና መጨረሻው" ተብሏል (ራእይ 1÷7-8፣ 1÷17-18፣ 2÷8፣ 22÷13)፡፡ ይህም በብሉይ ኪዳን አምላክ መጀመሪያውና መጨረሻው በተባለበት መልኩ ነው (ኢሳይያስ 44÷6፣ 41÷4፣ 48÷12፣ ራእይ 21÷6)፡፡ እውነታው ይህ ከሆነ ይሖዋ ምስክሮች ኢየሱስ ፍጡር ነው ለምን ይላሉ? በዚህ ጉዳይ አንድ ይሖዋ ምስክር አነጋግረው ያካሄዱትን ውይይት ለቡድኑ አባላት ያካፍሉ፡፡

16. ከሚከተሉት ክፍሎች ጋር በተዛመደ መልኩ፣ "መገዛት ማነስን አያሳይም" የሚለውን ፅንሰ ሐሳብ፣ ለቡድኑ አባላት ያብራሩ (1ቆሮንቶስ 11÷3፤ 15÷28)።

17. ቅዱሳት መጻሕፍት ኢየሱስ ሁለት ባሕርይ ማለትም ፍጹም አምላክ እንዲሁም ፍጹም ሰው እንዳለው በሚናገሩበት ሁኔታ (ለምሳሌ ቈላ. 2÷9፤ ፊልጵ. 2÷5-11፤ ዕብ. 1÷3)፣ ኢየሱስ አባቱን "አምላኬ" ማለቱ ኢየሱስ አምላክ አይደለም ወደሚለው ድምዳሜ ሊያደርስ እንዴት ይችላል? የዚህን ሙግት አካሄድ ከንቱነት ለቡድኑ አባላት ያስረዱ።

18. ትክክለኛው የጥምቀት ቀመር "በኢየሱስ ስም ነው" ወይስ "በአብ፣ በወልድ፣ በመንፈስ ቅዱስ ስም"? መጽሐፍ ቅዱስን መሠረት ያደረገ ማብራሪያ ያቅርቡ።

19. ኢየሱስ ክርስቶስ እግዚአብሔር አብ ላለመሆኑ መጽሐፍ ቅዱሳዊ ማስረጃ ያቅርቡ።

20. ኢየሱስ ክርስቶስ እግዚአብሔር አብ ነው ለማለት ሰባልዮሳውያን አዘውትረው ከሚጠቅሷቸው ጥቅሶች መኻል ለአምስት ክፍሎች አጥጋቢ ማብራሪያ ይስጡ።

21. መንፈስ ቅዱስ ከአብ የሚወጣ ትንፋሽ ወይም ኀይል እንዳልሆነ መጽሐፍ ቅዱስን መሠረት ያደረገ ማብራሪያ ያቅርቡ።

22. በዚህ ምዕራፍ የትምህርተ ሥላሴን መጽሐፍ ቅዱሳዊ መሠረት በትክክል እንዲሁም አጥጋቢ በሆነ መልኩ የተረዱ ይመስልዎታልን? ካልሆነ በየትኛው ነጥብ ላይ ተጨማሪ ማብራሪያ ይፈልጋሉ? ቤተ ክርስቲያኒቱ ጉዳዩ ላይ ትምህርታዊ ዐውደ ጥናት ወይም የመድረክ ውይይት በማካሄድ ምዕመናን ርእሰ ጉዳዩን በጥልቀት እንዲያጠኑት ዕገዛ ልታደርግ ትችላለች።

23. ትምህርተ ሥላሴን በትክክል ካለመረዳት የተነሣ ብዙዎች በርእሰ ጉዳዩ ላይ የተምታታ አስተያየት ከመስጠታቸውም ባሻገር ወደ ተሳሳተ እምነት ሲሄዱ ይታያል? በዚህ ረገድ የእርሶ ድርሻ ምን ይመስልዎታል? ኀላፊነትዎንስ መወጣት እንዴት ይችላሉ (አስበዋል)?

ክፍል

፬

ትምህርተ ሥላሴና ሥነ አመክንዮ

ትምህርተ ሥላሴ

ከሥነ አመክንዮ ሕግጋት ጋር ይቃረናልን?

ክርስትና የበቀለው፣ የአሐዳዊ[51] ሃይማኖቶች ሁሉ መሠረት ነው በሚባለው በይሁዲ ሃይማኖት ጥላ ሥር ነው። ከዚህም የተነሣ ክርስትና ብሉያቱንም ሆነ እግዚአብሔር አንድ ነው የሚለውን የይሁዲ ሃይማኖት አስተሳሰብ በጽኑ ይጋራል—ምንም እንኳ የይሁዲ ሃይማኖት የአሐዳዊ አስተሳሰብ፣ ከክርስትና እምነት የተለየ ገጽታ ቢኖረውም[52]። የክርስትና ሃይማኖት መሥራችና ማዕከል የሆነው ክርስቶስ ኢየሱስ፣ አሐዳዊ በሆነው ሃይማኖታዊ እሳቤ (አስተሳሰብ) ውስጥ በአካል በመገኘት ስግደትን መቀበሉ፣ ኀጢአትን ይቅር ማለቱ፣ ከአብርሃም በፊት እኔ ነበርሁ የሚለው ወዘተ ንግግሩ፣ እንደ ጽርፈተ እግዚአብሔር (አምላክን እንደ መሳደብ) ታይቶበታል—ቢያንስ በወቅቱ በነበሩ የሃይማኖት መሪዎች[53]። የብሉይ ኪዳን ምንባባት ራሱን ከእግዚአብሔር ጋር ያስተካከለ ወይም እኔ አምላክ ነኝ ብሎ በይፋ የተናገረ ሰው፣ አምላክን እንደ መሳደብ ስለሚያስቈጠርበት፣ በድንጋይ ተወግሮ እንዲገደል ያዛሉ—ኢየሱስ፣ ሮማውያን ትልቅ ወንጀል የፈጸሙ ሰዎች በሚቀጡበት የቅጣት ሥርዐት በመስቀል ተቸንክሮ እንዲገደል መደረጉ፣ ለንግግሩና ለድርጊቱ የተሰጠ አጸፋዊ ምላሽ ነው[54]።

---

[51] "አሐዱ" የግእዝ ቃል ሲሆን፣ አንድ ወይም የመጀመሪያ የሚል ትርጕም አለው። በዚህ መጽሐፍ የተጠቀምንበት "አንድ" የሚለውን ቃል እንዲወክል ነው። አሐዳዊ ሃይማኖት በእንግሊዝኛው monotheism ለሚለው ቃል አቻ ነው።

[52] የይሁዲ ሃይማኖት አንድ ባሕርይ አንድ አካል ሲል፣ ክርስትና አንድ ባሕርይ ሦስት አካል ይላል። እስልምናም እንደ ይሁዲ ሃይማኖት አንድ ባሕርይ አንድ አካል ይላል።

[53] የአስተምህሮተ ሥላሴ መጽሐፍ ቅዱሳዊ መሠረት የሚለውን ምዕራፍ ይመለከቷል—በተለይ "ኢየሱስ ክርስቶስ አምላክ ነው" የሚለውን ርእስ።

[54] በብሉይ ኪዳን በድንጋይ አስወግረው ከሚያስገድሉ ኀጢአቶች ወይም ወንጀሎች መኻል የሚከተሉት ይገኙበታል:— (1) ወላጅን መሳደብ (ዘፀ. 21÷15:17)፣ (2) እግዚአብሔርን መሳደብ (ዘሌ. 24÷14:16:23)፣ (3) ሰንበትን አለማክበር (ዘኍ. 15÷32-36፤ ዘፀ. 31÷14፤ 35÷2)፣ (4) ጥንቈላን ጨምሮ የሐሰትን ትንቢት መናገር

ከክርስቶስ ዕርገት በኋላ የክርስቶስን ፈለግ በመከተል ክርስቶስ ኢየሱስን የሰበኩት ደቀ መዛሙርት፣ ኢየሱስ ዘላለማዊ አምላክ መሆኑን፣ የዓለማት ፈጣሪ መሆኑን፣ ከሰብአውያንም ሆነ ከመላእክት አምልኮና ስግደት የሚቀበል አምላክ መሆኑን ወዘተ መጻፋቸው[55] ብዙዎች "በርግጥ ክርስትና አሐዳዊ ሃይማኖት ነውን?" የሚለውን ጥያቄ እንዲጠይቁ አድርጓል። የክርስቶስን አምላክነት ይናገራሉ የሚባሉትም የሐዲስ ኪዳን ምንባባት፣ እጅግ የተለያዩ አማራጭ ትንታኔዎች እንዲቀርብላቸው ምክንያት ሆኖአል። በቤተ ክርስቲያን ታሪክ ውስጥ እንዲሁም በክርስትና ነገረ መለኮት ውስጥ በዚህ ረገድ ሰፊ ቦታ ከሚሰጣቸው አንድምታዊ (የትርጓሜ) አማራጮች መኻል በሊብያው ተወላጅ ሰባልዮስ[56] እንዲሁም በሊቢያው ተወላጅና የእስክንድርያ ቤተ ክርስቲያን አገልጋይ በነበረው በአርዮስ የቀረቡት ትንተናዎች ትልቅ ትኩረት የተሰጣቸው ናቸው።

ሰባልዮስ፣ ኢየሱስ አምላክ ነው የሚሉትን መጽሐፍ ቅዱሳዊ ምንባባት ከሙሉ ልብ በመቀበል፣ "ኢየሱስ አምላክ ነው" ማለት፣ "ኢየሱስ ክርስቶስ ራሱ፣ እግዚአብሔር አብ ነው" ማለት ነው የሚል ትርጒም ያቀረበለት ሲሆን፣ አርዮስ ደግሞ፣ የኢየሱስ ክርስቶስን አምላክነት ይናገራሉ የሚባሉትን ክፍሎች በማስተባበል፣ በተቃራኒው ኢየሱስ ፍጡር ነው ሲል ተከራክሮአል። የእነዚህ ግለሰቦች ትንተና፣ "ኢየሱስ አምላክ ነው" የሚለው ትምህርት፣ "አንድ አምላክ ብቻ አለ" ከሚለው መጽሐፍ ቅዱሳዊ ትምህርት እንዲሁም አሐዳዊ ከሆነው የአይሁድ ሃይማኖት አካሄድ አንጻር እንዴት ሊገጥም ይችላል በሚለው ጒዳይ ላይ የቀረቡ አስታራቂ መፍትሔዎች መሆናቸውን ልብ ይሏል።

(ዘፀ. 22÷18፤ ዘሌ. 20÷27፤ ዘዳ. 13÷5፤ 18÷20)፣ (5) አመንዝራነት (ዘሌ. 20÷10፤ ዘዳ. 13÷5፤ 18÷20፤ 22÷21:23፤ ዘሌ. 21÷9)፣ (6) አስገድዶ መድፈር (ዘዳ. 22÷25)፣ (7) ሰዎችን አፍኖ መውሰድ (ዘፀ. 21÷16፤ ዘዳ. 24÷7)፣ (8) የአባትን ሚስት ማግባት ወይም እናትና ልጅን ማግባት (ዘሌ. 20÷11:14:15፤ ዘፀ. 22÷19)፣ (9) ጣዖትን ማምለክ (ዘሌ. 20÷2፤ ዘዳ. 13÷6:10:15፤ 17÷2-7)።

[55] የአስተምህሮተ ሥላሴ መጽሐፍ ቅዱሳዊ መሠረት የሚለውን ምዕራፍ ይመለከቷል—በተለይ "ኢየሱስ ክርስቶስ አምላክ ነው" የሚለውን ርእስ።

[56] የዚህ ትምህርተ ቀዳማይ ጠንሳሽ ነው የሚባለው በ190 ዓ.ም ላይ የነበረው የሰምሬኔሱ ኖጡስ ቢሆንም አስተምህሮውን በስፋት ያስተዋወቀው ሰባልዮስ (217 ዓ.ም) ከዚህ ትምህርት ጋር ዘወትር ተያይዞ ይቀርባል።

ሥላሴያውያን ደግሞ፣ ከሰባልዮስ[57] እንዲሁም ከአርዮስ ፍጹም በተለየ መልኩ "ኢየሱስ፣ አምላክ ነው ማለት ኢየሱስ አብ ነው ማለት አይደለም። ሰባልዮስ ኢየሱስን አብ አድርጎ ማቅረቡ ስሕተት ነው። በአንጻሩ ኢየሱስ ከአብ ያነሰና የተፈጠረ ፍጡር ነው ብሎ ማሰብ፣ ከቅዱሳት መጻሕፍት አስተምህሮ ጋር በቀጥታ የሚጻረር ነው።" የሚለውን አቋም በመያዝ አርዮስንም ሆነ ሰባልዮስን ያወግዛሉ (ውጉዝ ከመአርዮስ፣ ከመሰባልዮስ የሚለውን ቀደምት የቤተ ክርስቲያን ቀኖና ያስታውሷል)።

ከላይ ለማየት እንደ ሞከርነው የሥላሴ ትምህርት በሚከተሉት አምስት መሠረታውያን ነጥቦች ላይ መሠረት ያደረገ አስተምህሮ ነው፤ ይኸውም:—

1. እግዚአብሔር አንድ ነው።
2. አብ ፍጹም አምላክ ነው።
3. ወልድ ፍጹም አምላክ ነው።
4. መንፈስ ቅዱስ ፍጹም አምላክ ነው።
5. አብ፣ ወልድና መንፈስ ቅዱስ የተለያዩ አካላት ናቸው።
   ይህ አምስተኛው ነጥብ ሲብራራ እንደሚከተለው ነው:—
   ሀ. ኢየሱስ ክርስቶስ እግዚአብሔር አብ አይደለም ወይም እግዚአብሔር አብ ኢየሱስ ክርስቶስ አይደለም።
   ለ. ኢየሱስ ክርስቶስ መንፈስ ቅዱስ አይደለም ወይም መንፈስ ቅዱስ ኢየሱስ ክርስቶስ አይደለም
   ሐ. እግዚአብሔር አብ መንፈስ ቅዱስ አይደለም ወይም መንፈስ ቅዱስ እግዚአብሔር አብ አይደለም።

ከላይ ለማየት እንደ ሞከርነው፣ ዘመነኞቹ ሰባልዮሳውያን ቍጥር 4 እና ቍጥር 5 አይቀበሉም። አርዮሳውያን ደግሞ 3 እና 4 አይቀበሉም። ሥላሴውያን ግን ሁሉንም ነጥቦች ከሙሉ ልብ በመቀበል፣ "አርዮሳውያኑንና ሰባልዮሳውያኑ የቅዱሳት መጻሕፍት ምስክርነት ባለመቀበል በኑፋቄ ውስጥ ወድቀዋል" ሲሉ ይሞግታሉ። ይህ የሥላሴ አማንያን፣ ለአርዮሳውያኑ እንዲሁም ለሰባልዮሳውያኑ የሚያቀርቡት ሙግትና ሒስ ነው።

በአንጻሩ ደግሞ አርዮሳውያንና ሰባልዮሳውያን ለሥላሴ አማኞች የሚያቀርቡት ጥያቄ፣ በቍጥር አንድና በቍጥር አምስት ላይ የሚያጠነጥን ነው። ይኸውም፣ "አንድ አምላክ ብቻ ካለ፤ በአንጻሩ ደግሞ አብ ወልድና መንፈስ ቅዱስ የተለያዩ አካላት

---

[57] ዘመነኞቹ ሰባልዮሳውያን ("የሐዋርያት ቤተ ክርስቲያን" አስተማሪዎች) ኢየሱስ አብ የለበሰው/ያደረበት አካል ሲሆን ተለባሹ አካል የሆነው ኢየሱስ ለባሹ አካል ከሆነው ከአብ ጋር አንድ ስብእና አላቸው የሚል ትምህርት አላቸው።

ከሆኑ፣ በእነዚህ መሠረተ እምነቶች ውስጥ ምክንዮአዊ[58] ቅራኔ አይኖርም ወይ? ይህስ አመለካከት ከአረማውያን የመድብለ አማልክት አስተሳሰብ እንዴት ሊለይ ይችላል?"[59] የሚለው ነው:: በሌላ አነጋገር የትችቱ ማዕከል፣ "ሥላሴውያን እግዚአብሔር አንድ ነው እያሉ፣ በአንጻሩ አብ፣ ወልድና መንፈስ ቅዱስ የተለያዩ አካላት ናቸው ማለታቸው ቅራኔ ነው" የሚለው ጭብጥ ነው::

ከላይ ቅዱሳት መጻሕፍት በእነዚህ አምስት ነጥቦች ላይ የሚሰጡትን አስተያየት በስፋት ለማየት ሞክረናል፤ እንዲሁም በአርዮሳውያኑና በሰባልዮሳውያኑ መጽሐፍ ቅዱስን በመጥቀስ የሚቀርቧቸው አማራጭ ትንታኔዎች ስንካላ መሆናቸውን በበቂ መጠን ለመሞገት ሙከራ ተደርጓል::

በዚህ ምዕራፍ በቅርበት የምንመረምረው፣ በቁጥር 1 እና በቁጥር 5 መካከል አንዳችም ምክንዮአዊ ቅራኔ ያለመኖሩን ነው::

1. እግዚአብሔር አንድ ነው::

5. አብ፣ ወልድና መንፈስ ቅዱስ የተለያዩ አካላት ናቸው::

በእነዚህ ነጥቦች ውስጥ አንዳችም ቅራኔ ያለመኖሩን ሥነ አመክንዮን መሠረት በማድረግ ለመወያየት እንሞክራለን:: ከዚያ በፊት ግን ራሱ፣ "ቅራኔ" (contradiction) የሚለው የሥነ አመክንዮ ቃል፣ ምን ትርጕም እንደሚወክል እንዲሁም ከርእሰ ጕዳዩ ጋር ተዛማጅነት ያላቸው፣ ነገር ግን ሙግቱን ለማጥለልም ሆነ ለማደፍረስ ትልቅ ሚና ይጫወታሉ የሚባሉትን ቃላት ወደማብራራቱ እንዝለቅ:: የጥንት ግሪካውያን ሊቃውንት፣ "በአንድ ሐሳብ ላይ ከመወያየታችን በፊት፣ በቃሉ ትርጕም ላይ እንስማማ" የሚለው አባባላቸው፣ አወዛጋቢ በሆኑ ርእሰ ጕዳዮች ላይ የሚወያዩ ሰዎች ሁሉ፣ ሊከተሉት የሚገባ ጥሩ የውይይት ማሳለጫ ነው::

---

[58] በዚህ ቦታ ምክንዮ ወይም ሥነ አምክንዮ የሚለውን ቃል የተጠቀምነው፣ በእንግሊዝኛው logic or reason የሚለውን ቃል እንዲወክል ነው:: ለበለጠ ማብራሪያ በምዕራፍ አንድ ላይ የቀረበውን የግርጌ ማስታወሻ ይመለከቷል::

[59] በመሠረቱ አርዮሳውያን፣ "አብ ትልቁ አምላክ ነው፤ ኢየሱስ ክርስቶስ ደግሞ በአብ ህልውናውን ያገኘ የዓለማት ሁሉ ፈጣሪ ነው" የሚለው ንግግራቸው ከአንድ በላይ ፈጣሪ እንዳለና አንዱ ትልቅ ሌላው ደግሞ መለስተኛ አምላክ እንዳለ የሚያሳይ ነው:: ይህ ደግሞ የመድበለ አማልክት አስተሳሰብ መሆኑን ልብ ይሏል:: በአርዮስና በደቀ መዛሙርቱ ላይ ይህን ትችት ለመጀመሪያ ጊዜ ያቀረበው የእስክንድርያው የነገረ መለኮት ምሁር አትናቴዎስ ነው (Encyclopedia Britannica, 1979, Arianism, Vol. I, p.509)::

1. “አካል” ማለት ምን ማለት ነው?

በመጀመሪያ በሥላሴ ትምህርት ውስጥ፣ አካል የሚለው ቃል ምን ዐይነት ፅንሰ ሐሳብ ወክሎ ነው ጥቅም ላይ የዋለው የሚለውን ጉዳይ በጥሞና እንመልከት:: በአማርኛችን “አካል” የሚለውን ቃል የምንጠቀመው በላቲን “ፐርሶና” በግሪክ ደግሞ “ፕሮሶፖን” (πρόσωπον) የሚሉትን ቃላት በሚወክል መልኩ ነው:: በክርስቲያናዊ አስተምህሮ በተለይ ደግሞ በሥላሴ አስተምህሮ ውስጥ “አካል” ማለት የመጨበጥ/የመዳሰስ ባሕርዮትን የሚያሳይ ቃል ሳይሆን፣ ማንነትን የሚያመለክት ቃል ነው:: “አካል” ማለት ስሜት፣ ፈቃድና ዕውቀት ኖሮት ራሱን “እኔ” ብሎ የሚጠራ አካል ነው::

መላእክት አካል አላቸው የሚባለው፣ ባይዳሰሱና ባይታዩም (ረቂቃን ወይም መንፈሳውያን ፍጥረታት ቢሆኑም) እንኳ[60]፣ “አካል”

---

[60] መላእክት መንፈስ ወይም መንፈሳዊ ፍጥረታት ስለሆኑ (ዕብራውያን 1÷14) ቊሳዊ አካል የላቸውም (ሉቃስ 24÷39):: ከዚህ የተነሣም ብዙውን ጊዜ ለሰው ልጆች አይታዩም:: እግዚአብሔር ፈቃዱን ለሰው ልጆች እንዲያሳውቁ በሚፈልግ ጊዜ፣ በቊሳዊ አካል እንዲገለጡ ልዩ ችሎታ ይሰጣቸዋል፤ በዚህ ጊዜ በሚታይና በሚዳሰስ ቊሳዊ አካል ለሰዎች ይገለጣሉ (ዘኍልቊ 22÷31፤ 2ነገሥት 6÷17፤ ሉቃስ 3÷13፤ ማቴዎስ 28÷5፤ ዕብራውያን 13÷2):: በሚታይና በሚዳሰስ ቊሳዊ አካል ተገለጡ ማለት ግን ቊሳዊ አካል አላቸው ማለት እንዳልሆነ ልብ ይሏል:: በነገረ መለኮቱ ዓለም፣ መላእክት ቊሳዊ በሆነ አካል መገለጣቸው “አንትሮፖሞርፊዝም” በመባል ይታወቃል:: “አንትሮፖሞርፊዝም” የግሪክ ቃል ሲሆን፣ “አንትሮፖስ” ማለትም ሰው እንዲሁም “ሞርፌ” ማለት ደግሞ መልክ ማለት ነው::

እግዚአብሔርን እንደ ሰው አድርገን ስንገልጸው [ለምሳሌ:- ዐይን (መዝሙር 11÷4፤ ዕብራውያን 4÷13)፣ ጆሮ (መዝሙር 55÷1፤ ኢሳይያስ 59÷1)፣ አፍ (ዘዳግም 8÷3)፣ አፍንጫ (ዘዳግም 33÷10)፣ ከንፈር (ኢዮብ 11÷5)፣ ምላስ (ኢሳይያስ 30÷27)፣ እጅ (ዘፀአት 15÷16)፣ ጣት (ዘፀአት 8÷19)፣ ልብ (ዘፍጥረት 6÷6)፣ እግር (ኢሳይያስ 66÷1) ወዘተ እንዳለው] ወይም በዚህ መልክ በሰባውያን ቋንቋ ስናቀርበው “አንትሮፖሞርፊክ ቋንቋ” ይባላል:: እግዚአብሔር ራሱን በዚህ መንገድ የገለጠበት ምክንያት፣ እርሱን በደንብ እንድናውቀው/እንድንረዳው ስለፈለገ ነው::

በብሉይ ኪዳን እግዚአብሔር ራሱን በሰው አምሳል በመግለጽ ለሰዎች የታየበት ሁኔታ አለ:: ልክ እንደ መላእክቱ ይህ ጊዜያዊ እንጂ፣ እግዚአብሔር ቊሳዊ አካል አለው ማለት እንዳልሆነ ልብ ይሏል:: በነገረ መለኮት እግዚአብሔር በሰው መልክ ራሱን መግለጡ፣ “ቴዎፋኒ” ይባላል:: “ቴዎፋኒ” የሚባለው ይህ የነገረ መለኮት ቃል “ቴዎስ” እንዲሁም “ፋኔሮ” ከሚሉት ሁለት የግሪክ ቃላት የተገኘ ነው፤ “ቴዎስ” ማለት እግዚአብሔር ማለት ሲሆን፣ “ፋኔሮ” ማለት ደግሞ መገለጥ ማለት ነው:: ኢየሱስ ክርስቶስ በአካለ ሥጋ ወደዚህች ከመጣ በኋላ ፍጹም ሰውና ፍጹም አምላክ ሆኖአል፤ እስካሁን ድረስም ሰውና አምላክ ሆኖ አለ

የሚለውን ቃል መስፈርት በማሟላታቸው ነው:: እግዚአብሔር አብ አካል አለው ወይም መንፈስ ቅዱስ አካል አለው ሲባል፣ ይዳሰሳል/ይጨበጣል ወይም ይታያል ማለት ሳይሆን፣ የራሱ የሆነ ስሜት፣ ፈቃድና ዕውቀት ኖሮት ራሱን "እኔ" ብሎ መጥራት ይችላል ማለት ነው:: ሰው አካል አለው የሚባለው ቊሳዊ ባሕርይ ኖሮት ስለሚታይና ስለሚዳሰስ ሳይሆን፣ የአካል መስፈርት የሆኑት ስሜት፣ ፈቃድና ዕውቀት ስላለው፣ ራሱን እኔ ብሎ ስለሚጠራ ነው:: እንስሳት ደግሞ አካል የላቸውም ስንል አይንቀሳቀሱም፣ ሕይወት የላቸውም ወዘተ እያልን ሳይሆን፣ የአካልን መስፈርት ስለማያሟሉ ነው::

ትልቁ አርቶዶክሳዊ ምሁር አለቃ ኪዳነ ወልድ ክፍሌ፣ አካል ለሚለው ቃል ሁለት ዐይነት ትርጒም አቅርበውለታል፤ ይኸውም:—

- "አካል በቊሙ ፍጹም ገጽ ፍጹም መልክ ያለው፤ ራሱን የቻለ ለራሱ የበቃ፤ እኔ የሚል ህላዌ ነባቢ፤ ቊመት ቊመና፤ የባሕርይ የግብር የስም ባለቤት፤ እገሌ የሚባል . . . ከራስ ጠጒር እስከ እግር ጥፍር ባጥንት በዥማት በሥጋ በቈርበት፣ ተያይዞና ተሸፍኖ ያለው በንድነት አካል ይባላል:: አካለ ጒደሎ እንዲሉ"::[61]
- "እኔ ማለትም የሚገባ ዕውቀት ቀዋሚነት ላላቸው ለማይሞቱና ለማይጠፉ ለሦስት ብቻ ነው፤ ለአምላክ፣ ለመልአክ፣ ለነፍስ . . . አካል መባሉም በነፍስ ዕውቀትና በነፍስ አካልነት ነው፤ እንጂ በራሱ በገንዘቡ አይደለም፤ በገንዘቡስ የነፍስ መሣሪያ እንደ መኾኑ ሥጋ ገላ ይባላል... (ግጥም) ከዚህ ቤት ያለች ሸክላ ሠሪ ድኻ ናት አሉ ጦም ዐዳሪ፤ ምን አስተማራት ጥበቡን ገል ዐፈር መኾኑን (ገላ):: መሣሪያነቱም በዚህ ይታወቃል፤ ርሷ ስትለቀው በመውደቁ"::[62]

እንደ አለቃ ኪዳነ ወልድ ክፍሌ አባባል፣ አካል የሚጨበጥ የሚታይ ቊሳዊ ገላን ለማመልከት ጥቅም ላይ እንደሚውለው ሁሉ፣ "እኔ" ማለት ለሚገባቸው ለሰው፣ ለመላእክትና ለእግዚአብሔር ብቻ የሚውል ቃል ነው:: ትምህርተ ሥላሴን ወይም ትምህርተ እግዚአብሔርን በተመለከተ አካል የሚለውን ቃል የምንጠቀመው መጨበጥን፣ መዳሰስንና መታየትን በሚያሳይ ትርጒሙ ሳይሆን፣

(የሐዋርያት ሥራ 17÷31፤ 1ቆሮንቶስ 15÷47፤ 1ጢሞቴዎስ 2÷5):: አብና መንፈስ ቅዱስ ግን ቊሳዊ አካል የላቸውም::

[61] አለቃ ኪዳነ ወልድ ክፍሌ፤ መጽሐፈ ሰዋስው ወግስ ወመዝገበ ቃላት ሐዲስ፤ (አርቲስቲክ ማተሚያ ቤት፤ 1948 ዓ.ም፤ አዲስ አበባ) ገጽ 218::

[62] ዝኒ ከማሁ::

አለቃ ኪዳነ ወልድ በሁለተኛ ማብራሪያው ላይ ያቀረቡትን ትርጉም በተከተለ መልኩ ብቻ ነው::

በክርስትናው ዓለም ብቻ ሳይሆን፣ የይሁዲ ሃይማኖት ተከታዮችም ሆኑ የእስልምና ሃይማኖት ምሁራን፣ አካል የሚለውን ቃል የሚጠቀሙት በዚህ ትርጉሙ ነው:: የሥላሴን መሠረተ እምነት በመቃወም በስፋት የሚታወቁት የይሖዋ ምስክሮች እንኳ፣ አካል በሚለው ቃል አጠቃቀም ላይ አንዳችም ተቃውሞ የላቸውም:: ይህ እውነት ሆኖ ሳለ በኢትዮጵያ የሚገኙት "የሐዋርያ ቤተ ክርስቲያን" ሰባኪዎች ግን፣ በሌላው ዓለም ከሚገኙ የድርጅቱ መምህራን ትምህርት ጋር በሚቃረን መንገድ፣ ከእግዚአብሔር ጋር በተያያዘ "አካል" የሚለውን ቃል መጠቀም የለብንም የሚል አቋም አላቸው:: ለዚህም የሚያቀርቡት ምክንያት፣ "አካል" የሚለው ቃል ሁል ጊዜ መዳሰስንና መጨበጥን ማመልከት አለበት የሚል መስመር የሳተ አስተሳሰብ ነው[63]:: ይህ ስሕተት ነው:: እግዚአብሔርን አስተመልክቶ፣ "አካል" የሚለው ቃል መጨበጥና መታየትን በሚወክል ትርጉሙ የሚጠቀምበት ክርስቲያናዊ ድርጅት የለም—ቢያንስ እኔ አላውቅም፤ ኖሮ እንኳ ቢሆን ፍጹም ስሕተት ነው:: ምክንያቱም እግዚአብሔር መንፈስ ነውና፤ በሚጨበጥ በሚታይ አካል ራሱን እውን ያደረገው፣ ጌታችን መድኀኒታችን ኢየሱስ ክርስቶስ ብቻ እንደ ሆነ ይታወቃል::

አስደናቂው ቀኍም ነገር፣ ኢትዮጵያውያኑ፣ "የሐዋርያ ቤተ ክርስቲያን" ሰባኪዎች፣ ጋር በሚቃረን መልኩ፣ የድርጅቱ ስመ ጥር የሃይማኖት መምህርና የዓለም ዐቀፉ ድርጅት የበላይ ጠባቂ የሆኑት ዴቪድ ኬ. መርናርድ፣ በጽፉቸው ሁሉ፣ አካል የሚለውን ቃል እኛ ከላይ ባየነው ትርጉሙ አንጻር ሲጠቀሙበት እንመለከታለን (እግዚአብሔር አንድ አካል ብቻ ነው የሚል ሰባልዮሳዊ አስተሳሰብ ቢኖራቸውም እንኳ)[64]:: በአንድ ወቅት ወደ

---

63 የቋንቋም ሆነ የፍልስፍና ተማሪ በግልጽ እንደሚያውቀው፣ ቋንቋ የሰዎች ስምምነት ነው:: መኪናን መኪና ብሎ ለመጥራት አንዳችም ሥነ አመክንዮአዊ ምክንያት የለንም፤ ነገር ግን እስከ ተስማማንበት ድረስ ቃሉ የሚፈለገውን ነገር መወከል ይችላል::

64 David K. Bernard, *The Oneness of God* vol. 1. (Word Aflame Press, Hazelwood: MO., 1983)— "God is an intelligent being with a will (Romans 1:18). He has an intelligent mind (Romans 11:33-34). That God has emotions is indicated from the fact that man is an emotional being, for God created man in His own image (Genesis 1:27). The essential emotional nature of God is love, but he has many emotions such as delight, pity or compassion, hatred of sin and zeal for righteousness (Psalm 18:19; Psalm 103:13; Proverbs 6:16; Exodus 20:5). He is slow to anger, but He can be

ኢትዮጵያ እየመጡ የድርጅቱን መምህራን በድርጅቱ መሠረተ እምነት ያነጹት ዴቪድ ኬ. በርናርድ እንደ ሆኑ ይታወቃል፡፡ ነገር ግን ተማሪዎቻቸው ባልታወቀና አንዳችም ትርጉምም ሆነ እርባና በሌለው መልኩ፣ የመምህራቸውን ትምህርት ተጻርረው ቆመዋል[65]፡፡

2. "አምላክ" ማለት ምን ማለት ነው?

እግዚአብሔር መንፈስ ስለሆነ፣ "እግዚአብሔር ማነው?" የሚለው ጉዳይ የሚመለሰው በተክለ ሰውነት ወይም በአካላዊ ቀኡመና/ቅርጽ አይደለም፤ በባሕርይው እንጂ፡፡ እግዚአብሔር ሁሉን የሚችል (ከሃሌ ኵሉ)፣ በሁሉ ቦታ የሚገኝ (መላኤ/አኀዜ ኵሉ)፣ ሁሉን የሚያውቅ (አማሬ ኵሉ)፣ ሁሉን የፈጠረ (ገባሬ ኵሉ)፣ በሁሉ ላይ ሥልጣን ያለው (ዘሥሉጥ ላዕለ ኵሉ)፣ ዘላለማዊ የሆነ (እምቅድመ ዓለም የነበረ ወደ ፊትም የሚኖር)፣ ጻድቅ የሆነ፣ መንፈስ የሆነ፣ የራሱ የሆነ ማንነት (አካል) ያለው ለሰዎች ድነትን ያዘጋጀ አምላክ ማለት ነው፡፡

3. "ቅራኔ" ማለት ምን ማለት ነው?

በትምህርተ ሥላሴ ውስጥ "አካል" እንዲሁም "አምላክ" የሚሉትን ቃላት በየትኛው ትርጉማቸው ነው የምንጠቀምባቸው የሚለውን ጉዳይ በአጭሩ ተመልክተናል፡፡ አሁን ደግሞ ቅራኔ ማለት ምን ማለት ነው የሚለውን ፍልስፍናዊ ሐሳብ በስፋት እንመርምረው፡፡ ይህን ሐሳብ በዝርዝር መመልከት የሚያስፈልግበት ዐቢይ ምክንያት፣ በርካታ ሰዎች ትምህርተ ሥላሴ ውስጥ ቅራኔ አለ የሚል የተሳሳተ ትችት ስላላቸው ነው፡፡ በአንድ ትምርት ወይም

---

provoked to anger (Psalm 103:8; Deuteronomy 4:25). God can be grieved (Genesis 6:6) and blessed (Psalm 103:1). Of course, His emotions transcend our emotions, but we can only describe Him by using terms that describe human emotions. (For further proof that God is an individual being with personality and rationality, see the discussions in this chapter of God's omniscience and His moral attributes.)" (page 31)—እንዲሁም ከዚሁ መጽሐፍ የሚከተሉትን ክፍሎች ይመለከቷል ገጽ 25, 46, 57, 99. 107, 115፡፡

[65] የኢትዮጵያው ድርጅት "ሰማያዊ ሥጋ" በሚለው ትምህርቱ፣ ከዓለም ዐቀፉ ቢሮ ተባሯል፡፡ ቢሾፕ ተክሌን ጨምሮ የበርካታ ቀሳውስትን የቅስና ፈቃድ ገፏል፡፡ መጻሕፍቶቻቸው ከኢትዮጵያ ውጪ በሚገኙት የድርጅቱ አጥቢያዎች እንዳይሸጡ ዐግዷል፡፡

ፅንሰ ሐሳብ ውስጥ ቅራኔ አለ የሚባለው የሚከተሉት ቅድመ ሁኔታዎች በትክክል መሟላታቸው ሲረጋገጥ ነው፡—

1. ተቃርነዋል የሚባሉት ነጥቦች ስለ አንድ ርእስ ጉዳይ የሚያወሩ ናቸው ወይስ ስለተለያዩ ነገሮች?
2. እርስ በርስ ተቃርነዋል የተባሉት ክፍሎች ስለአንድ የተወሰነ ጊዜ የሚናገሩ ናቸው ወይስ ስለተለያዩ ጊዜያት?
3. እርስ በርስ ተቃርነዋል በተባሉት ክፍሎቸ ላይ የሚገኙት ቃላት ተመሳሳይ (አንድ ዐይነት) ትርጒም የሚወክሉ ናቸው ወይስ የተለያየ ትርጒም?

እነዚህ ሦስት መሠረታውያን ነጥቦች በዝርዝር እንመልከታቸው፡—

1. ተቃርነዋል የሚባሉት ነጥቦች ስለ አንድ ርእስ ጉዳይ የሚያወሩ ናቸው ወይስ ስለተለያዩ ነገሮች?
   - “አበበ ሀብታም ሰው ነው”፡፡
   - “አበበ ድኻ ሰው ነው”፡፡

“እነዚህ ዐረፍተ ነገሮች እርስ በርሳቸው ይቃረናሉ?” የሚል ጥያቄ ቢጠይቅ፣ መልሱ “ላይቃረኑ ይችላሉ” የሚል ነው፡፡ ዐረፍተ ነገሮቹ አበበ በሚል ስያሜ ስለሚጠሩ ስለሁለት የተለያዩ ግለሰቦች የሚያወራ ሊሆን ይችላልና፡፡ ይህ ከሆነ ደግሞ እነዚህ ዐረፍተ ነገሮች ተቃርነዋል ማለት አይቻልም፡፡ ለዚህ ነው ተቃርነዋል የተባሉት ርእስ ጉዳዮች፣ በአንድ ርእስ ጉዳይ ላይ የሚያወሩ መሆናቸውን እርግጠኛ መሆን የሚያስፈልገው፡፡

2. እርስ በርስ ተቃርነዋል የተባሉት ክፍሎች ስለአንድ የተወሰነ ጊዜ የሚናገሩ ናቸው ወይስ ስለተለያዩ ጊዜያት?
   - “አበበ ሀብታም ሰው ነው”፡፡
   - “አበበ ድኻ ሰው ነው”፡፡

እነዚህ ዐረፍተ ነገሮች አበበ ስለሚባል አንድ ግለሰብ የሚናገሩ ቢሆን፣ “እነዚህ ዐረፍተ ነገሮች እርስ በርሳቸው ይቃረናሉ?” የሚል ጥያቄ ቢጠየቅ መልሱ “ላይሆን ይችላል” ነው፡፡ አንድ ሰው በአንድ ወቅት ሀብታም ሆኖ፣ በሌላ ጊዜ ደግሞ ያጣ የነጣ ቊርንጮ ድኻ ሊሆን ይችላልና፡፡

አንድ ሰው “እግዚአብሔር ያደረገውን ሁሉ አየ፤ እነሆም፣ እጅግ መልካም ነበረ” (ዘፍጥረት 1÷31) የሚለውን ክፍል፣ “እግዚአብሔር ሰውን በምድር ላይ በመፍጠሩ ተጸጸተ፤ ልቡም እጅግ አዘነ” (ዘፍጥረት 6÷6) ከሚለው ክፍል ጋር በማነጻጸር፣ በሁለቱ ክፍሎች መኻል ቅራኔ አለ፤ በመጀመሪያው ክፍል እግዚአብሔር

የሰው ልጅን ጨምሮ ፍጥረታትን (ሕያዋንንና ግዑዛን) በመፍጠሩ መደሰቱን ሲገልጽ፣ ሁለተኛው ክፍል ግን የሰው ልጆችን በመፍጠሩ መጸጸቱን ያስረዳል። እነዚህ ሁለት ክፍሎች እርስ በርሳቸው የሚጣረሱ ናቸው ቢል ስሕተት ነው። እግዚአብሔር የሰው ልጅን በመፍጠሩ የተደሰተበትና የሰው ልጅን በመፍጠሩ በተጸጸተበት/ባዘነበት ጊዜ መኻል ርቀት አለ። "መልካም" ተደርጎ የተፈጠረው የሰው ልጅ ከጊዜ በኋላ ነጻ ፈቃዱን ተጠቅሞ እኩይ ሆኗልና።

አንድ ሰው በማቴዎስ 10÷1-18 ላይ አስቀሮቱ ይሁዳ ሐዋርያ የመሆን እንዲሁም ተአምራትን የማድረግ ስጦታ ሲሰጠው፣ በአንጻሩ ደግሞ በዮሐንስ 17÷12 ላይ የጥፋት/የዐመፅ ልጅ መባሉ እርስ በርሱ የሚቃረን ነው ቢል ስሕተት ነው። ኢየሱስ ይሁዳን ለሐዋርያነት የጠራበትና (ማቴዎስ 10) ይሁዳ ኢየሱስን በካደበት (ዮሐንስ 12÷6፤ 13÷2:27) ጊዜ መካከል ልዩነት አለ። እነዚህን ክፍሎች በትክክል ለመረዳት በመካከላቸው ያለውን የጊዜ ልዩነት ማወቅ የግድ ይላል። አንዳንድ የመጽሐፍ ቅዱስ ሐያስያን ኢየሱስ የሞተበትን ሰዓት በተመለከተ በመጽሐፍ ቅዱስ ውስጥ ቅራኔ እንዳለ ያስረዳሉ። ማርቆስ ኢየሱስ በሦስት ሰዓት ላይ እንደ ተሰቀለ ሲገልጽ (ማርቆስ 15÷25)፣ ዮሐንስ ግን ኢየሱስ በፍርድ ፊት የቀረበው ስድስት ሰዓት ላይ ነው (ዮሐንስ 19÷14) ማለቱ፣ በሁለቱ ዘገባዎች መካከል ቅራኔ እንዳለ ያሳያል የሚለው ጉዳይ፣ በዘመኑ በሮማውያንና በዕብራውያን መካከል ያለውን የሰዓት አቈጣጠር በውል ያላገናዘበ ነው። ዮሐንስ የሮማውያኑን የሰዓት አቈጠጠር ሲከተል ማርቆስ ግን የተከተለው የዕብራውያኑን የሰዓት አቈጠጠር ነው። ይህን ታሪካዊ እውነታ በቅጡ የተረዳ ሰው በሁለቱ ትረካዎች መካከል ቅራኔ አለ አይልም። መሐመድ ዲዳትን ጨምሮ አንዳንድ ሰዎች ይህን መሰሉን አካሄድ በተከተለ መልክ መጽሐፍ ቅዱስ ውስጥ ቅራኔ አለ ሲሉ ይደመጣል።[66]

3. እርስ በርስ ተቃርነዋል በተባሉት ክፍሎቸ ላይ የሚገኙት ቃላት ተመሳሳይ (አንድ ዐይነት) ትርጕም የሚወክሉ ናቸው ወይስ የተለያየ ትርጕም?
    - "አበበ ሀብታም ሰው ነው"።

---

[66] ይህ ከምንነጋገርበት ርእስ ጉዳይ ጋር የማይገናኝ ነው፤ ነገር ግን ቅዱሳት መጻሕፍትን አስመልክቶ ተቃርነዋል የሚባሉ ምንባባት፣ ስሕተት መሆናቸውን አንባብያን እንዲረዱ እንፈልጋለን። ትንሣኤ ሙታንን አስመልክቶ የሚቀርቡ መሰል ሒሶችን በተመለከተ፣ ጸሓፊው፣ "በሥጋ ትንሣኤ አምናለሁ" በሚል ርእስ ያዘጋጀውን መጽሐፍ ይመለከቷል።

- “አበበ ድኻ ሰው ነው”፡፡

እነዚህ ዐረፍተ ነገሮች አበበ ስለሚባል አንድ ግለሰብ እንዲሁም ስለተመሳሳይ ወቅት የሚናገሩ ቢሆን፣ “እነዚህ ዐረፍተ ነገሮች እርስ በርሳቸው ይቃረናሉ?” የሚል ጥያቄ ቢጠይቅ መልሱ “ላይሆን ይችላል” ነው፡፡ ምናልባት በዐረፍተ ነገሮቹ ውስጥ “ድኻ” እና “ሀብታም” የሚሉት ቃላት፣ የተለያየ ትርጕም ወክለው ቀርበው ሊሆን ይችላል፡፡ ወይም ለድኽነት የሚሰጡት መስፈርቶች ተለያይተው ሊሆን ይችላል፡፡ ለምሳሌ ይህ አንዱ አበበ፣ በኢኮኖሚ ሀብታም ሆኖ በቀለም ትምህርት ድኻ ሊሆን ይችላል፡፡ ወይም የሁለተኛው ዐረፍተ ነገር አበበን ከበለጸጉ አገሮች አንጻር ተመልክቶት ሲሆን፣ ሁለተኛው ደግሞ ከገጠሪቱ የኢትዮጵያ ነዋሪዎች ጋር አነጻጽሮት ሊሆን ይችላል፡፡

አንድ ቃል በተለያዩ ዐረፍተ ነገሮች ውስጥ የተለያዩ ትርጕሞችን መወከሉ ብቻ ሳይሆን፣ ቃሉ በቀጥታም ሆነ ተምሳሌታዊ በሆነ ዘዬ ጥቅም ላይ ውሎ ሊገኝ ይችላል፡፡ ለምሳሌ በማቴዎስ 11÷14 ላይ መጥምቁ ዮሐንስ “ኤልያስ” ተብሎአል፡፡ ይህ ማለት የብሉይ ኪዳኑ ኤልያስ ከሙታን ተነሥቶ በዘመነ ሐዲስ፣ ዮሐንስ በሚል ስም መጥቶአል ማለት አይደለም፡፡ ዮሐንስ 1÷21 ላይ መጥምቁ ዮሐንስ ራሱ እኔ ኤልያስ አይደለሁም ብሎአል፡፡ የሐዲስ ኪዳን ምንባባት መጥምቁ ዮሐንስን ኤልያስ ብለው መጥራታቸው እነዚህ ነቢያት ተመሳሳይ የሆነ የንስሓ አገልግሎት እንዳገለገሉ የሚያሳይ ነው፣ “የአባቶችን ልብ ወደ ልጆቻቸው፣ የማይታዘዙትንም ወደ ጻድቃን ጥበብ ይመልስ ዘንድ፣ ለጌታ የተገባ ሕዝብ ለማዘጋጀት በኤልያስ መንፈስና ኀይል በጌታ ፊት ይሄዳል” (ሉቃስ 1÷17)፡፡ ስለዚህ መጥምቁ ዮሐንስ ኤልያስ መባሉ በኤልያስ መንፈስ ማገልገሉን እንጂ፣ እርሱ ራሱ ኤልያስ መሆኑን የሚያሳይ አይደለም[67]፡፡ ከዚህ በተጨማሪ አንድ ቃል በተለያየ ዐውድ ውስጥ የተለያየ ትርጕም ሊወክል ይችላል[68]፡፡ ከቋንቋ ባሕርይ የምንማረው እውነት፣ አንድ ቃል ከአንድ በላይ ትርጕም ሊወክል እንደሚችል፤ እንዲሁም የቃሉን አማራጭ ትርጕም የሚወስነው ቃሉ የሚገኝበት

---

[67] መጽሐፍ ቅዱስ ትንሣኤ ሙታንን እንጂ (resurrection) ዳግም ፍጥረትን (reincarnation) አያስተምርምና፡፡ ከዚህ የምንማረው ጉዳይ መጥምቁ ዮሐንስን በተመለከተ ኤልያስ የሚለው ስም ተምሳሌታዊ መሆኑን ነው፡፡

[68] ለዚህም ነው የጥቅስ ማውጫ (concordance) ስብከት ትክክል አይደለም የሚባለው፡፡ ቃሉ በተለያየ ዐውድ ወይም መጽሐፍ ውስጥ የተለየ ሐሳብ ሊወክል ይችላልና፡፡

ዐረፍተ ነገር ወይም ዐውድ መሆኑን ነው። ጥቂት አስረጆችን እንመልከት:—

"ቀጥ አለ" የሚለው የአማርኛ ቃል በርካታ ትርጒሞችን ሊወክል ይችላል፤ ለምሳሌ:—

1. ቆመ።
2. መንቀሳቀሱን ተወ፣ ረጋ።
3. ጐብጦ፣ ተጣሞ ተወላግዶ የነበረው ተስተካከለ፣ ቀና።
4. ሥነ ሥርዐት ያዘ (በቅጣት፣ በተግሣጽ፣ በምክር ወዘተ የተነሣ)።
5. መሥራት አቆመ (በብልሽት ወይም በሌላ ምክንያት— "ሰዓቴ ቀጥ አለች")።
6. ተቋረጠ፣ ቆመ፣ ተወ (ዝናቡ ቀጥ አለ)።
7. መንገዳገዱን ተወ፣ ሚዛኑን ጠበቀ። (ሕፃኑ ቀጥ ብሎ መሄድ ጀመረ)።

ሐዋርያው ጳውሎስ፣ "ሕግን በመፈጸም ስለሚገኝ ጽድቅ ከሆነም፣ ያለ ነቀፋ ነበርሁ" (ፊልጵስዩስ 3÷6) የሚለው አነጋገሩ፣ "ከኀጢአተኞችም ዋና እኔ ነኝ" (1 ጢሞቴዎስ 1÷15) ከሚለው አነጋገሩ ጋር የሚጋጭ ነው ማለት አይደለም። "ያለ ነቀፋ ነበርሁ" ያለው ራሱን በፈሪሳውያኑ መስፈርት እያየ ሲሆን፣ ከኀጢአተኞችም "ዋና እኔ ነኝ" ያለው ደግሞ ራሱን ከእግዚአብሔር ጽድቅ ጋር እያነጻጸረ ነው። አንድ አስተምህሮ ቅራኔ አለው ከማለታችን በፊት፣ እነዚህን ሦስት መሠረታዊ ነጥቦች ማየት ይኖርብናል ማለት ነው።

እስካሁን የተነጋገርንባቸው ጭብጦች፣ ቅራኔ ማለት ምን ማለት ነው የሚለውን ጒዳይ ለመፍታት ጥሩ መደላደል አድርገውልናል። እንግዲያው ቅራኔ ማለት ምን ማለት ነው። በሥነ አመክንዮ ቅራኔ ማለት፣ "አንድ ነገር በአንድ ጊዜ ራሱን መሆን እንዲሁም ራሱን ያለመሆን አይችልም"[69] ማለት ነው። ስመ ጥሩ ግሪካዊ የሥነ አመክንዮ አባት አርስጣጣሊስ፣ "አንድ ነገር በአንድ ጊዜ ለአንድ ሰው በአንድ በተወሰነ ትርጒሙ የሚሰጠውን ትርጒም ተቃራኒ ትርጒም ሊሰጥ አይችልም"[70] ሲል ቅራኔን ያብራራል።

አንድ ነገር ሦስት ጐን ሌላ ነገር ደግሞ ክብ ሊሆን ይችላል፤ ነገር ግን አንድ ነገር ክብ እንዲሁም ሦስት ጐን በአንድ ጊዜ መሆን አይችልም። ይህ ቅራኔ ነው፤ ምክንያቱም ክብ ስንል፣ ሦስት ጐን

---

[69] "Nothing can both be and not be"

[70] "That the same thing should at the same time both be and not be for the same person and in the same respect is impossible."

ያልሆነ የሚለውን ሐሳብ በውስጡ ይዟልና:: ሦስት ጐን ስንልም በውስጥ ታዋቂነት፣ ክብ ያልሆነ ማለታችን ነውና:: አንድ ኳስ ሙሉ ለሙሉ ነጭ በሌላ ጊዜ ደግሞ ሙሉ ለሙሉ ጥቁር ሊሆን ይችላል፤ ነገር ግን በአንድ ጊዜ ሙሉ ለሙሉ ነጭ እንዲሁም ሙሉ ለሙሉ ጥቁር ሊሆን አይችልም (ነጭና ጥቁር የሚሉት ቃላት የተለየ ትርጓሜ ካልተሰጣቸው በቀር):: ይህ ቅራኔ ነው::

"ግርማ ቸሩ የሕንድ ውቂያኖስን በዋና አቋረጠ" ቢባል፣ ይህ አነጋገር ተቃርኖ ሊሆን አይችልም:: ምንም እንኳ ይህ አነጋገር ለእውነታው እጅግ የራቀ መሆኑ በሰው ሁሉ ዘንድ ታዋቂ ቢሆንም ስሕተት ሊሆን ይችላል፤ ነገር ግን ተቃርኖ ሊባል አይችለም:: አንድ ታዋቂ አትሌት "እንደ ዘበት ዘሎ፣ ዐሥር ደርብ (ፎቅ) ባለው ሕንፃ ዐናት ላይ ቍጢጥ አለ" ቢባል፣ ቅራኔ ነው ሊባል አይችልም:: ይህን ያለማድረጉ በሁሉም ሰው ዘንድ እሙን ቢሆንም:: ከዚህ የምንማረው ሐቅ ቅረኔ ሁሉ ስሕተት ነው፤ ስሕተት ሁሉ ግን ቅራኔ አይደለም::

ስለቅራኔ ይህን ያህል ከተነጋገርን አሁን ወደ ተነሣንበት ፍሬ ሐሳብ እንመለስ:: ሥላሴያውያን ቍጥር 1 እና ቍጥር 5 በጥምረት ማመናቸው ቅራኔ ነው የሚለው ትችት ስሕተት ነው:: ይህ ስሕተት ለምን እንደሚሆን በዝርዝር እንመልከት::

1. እግዚአብሔር አንድ ነው::

5. አብ፣ ወልድና መንፈስ ቅዱስ የተለያዩ አካላት ናቸው::

እነዚህ ዐረፍተ ነገሮች እርስ በርስ ተቃርናዋል መባል የሚችሉት:—

ሀ) እግዚአብሔር አንድ ነው እንዲሁም ለ) እግዚአብሔር ሦስት ነው ቢባል ቅራኔ ነው (ከላይ ያየናቸው ዝርዝር ጒዳዮች እንደ ተጠበቁ ሆነው ማለት ነው፤ እንዲሁም ተከታታይ ባሉት ዐረፍተ ነገሮች ውስጥ):: የመጀመሪያው ዐረፍተ ነገር ከሁለተኛው ዐረፍተ ነገር ጋር በቀጥታ ይቃረናልና:: የሥላሴ አስተምህሮ፣ "እግዚአብሔር አንድ ነው፤ እግዚአብሔር ሦስት ነው" በጭራሽ አይልም::

"ሀ) አብ፣ ወልድና መንፈስ ቅዱስ የተለያዩ አካላት ናቸው:: ለ) አብ፣ ወልድና መንፈስ ቅዱስ የተለያዩ አካላት አይደሉም" ቢባል ቅራኔ ነው:: ወይም

"ሀ) እግዚአብሔር አንድ ነው፤ ለ) አብ፣ ወልድና መንፈስ ቅዱስ የተለያዩ አማልክት (እግዚአብሔሮች) ናቸው" ቢባል ቅራኔ ነው:: ምክንያቱም "አንድ" የሚለው ቅጽል አማልክት

(እግዚአብሔሮች) ከሚለው እርባታ (ሐሳብ) ጋር በቀጥታ ይቃረናልና::

በሥላሴ አስተምህሮ ውስጥ “አንድ” የሚለው ቃል ጥቅም ላይ የዋለው አምላክነትን ወይም እግዚአብሔርነትን በሚገልጽ መልኩ ብቻ ሲሆን፣ አብ፣ ወልድና መንፈስ ቅዱስ የተለያዩ አካላት ናቸው የሚባለው ደግሞ “አካልን” በሚገልጽ መልኩ ብቻ ነው:: “እግዚአብሔር”ና “አካል” የሚሉት ቃላት እጅግ የተለያየ ሐሳብ የሚወክሉ እስከ ሆነ ድረስ፣ በትምህርተ ሥላሴ ውስጥ ተቃርኖ አለ የሚለው ክስ መሠረት አልባ ነው::

የጥንት የቤተ ክርስቲያን አባቶችን አስተምህሮ የያዘውና የኢትዮጵያ ኦርቶዶክስ ቤተ ክርስቲያን፣ “ሃይማኖተ አበው” በሚል ርእስ ያሳተመችው ስመ ጥር መጽሐፍ፣ ትምህርተ ሥላሴን በዚህ መልክ ይገልጸዋል:—

> “በምስጢረ ሥላሴ እግዚአብሔር በስም፣ በግብር፣ በአካል ሦስት፤ በባሕርይ፣ በመለኮት፣ በህልውና አንድ መሆኑን እየገለጠ አብ፣ ወልድ፣ መንፈስ ቅዱስ አንድ አምላክ መሆኑን እየሰበከ አንድ ገጽ የሚሉ አይሁድንና ሰባልዮስን፣ እስማኤላውያንን ወልድ ፍጡር የሚል አርዮስን፣ መንፈስ ቅዱስ ሕጹጽ የሚል መቅዶንዮስን ሌሎችንም መናፍቃንን ከነወገኖቻቸው ይቃወማል”[71]::

ከዚህ ገለጻ ልብ ልናደርገው የሚገባን ቁም ነገር፣ “ሦስት” የሚለው ቃል ስምን[72]፣ ግብርን[73]ና አካልን[74] የሚያመለክት ሲሆን፣

---

[71] *ሃይማኖተ አበው፤*

[72] አብ፣ ወልድና መንፈስ ቅዱስ ተብሎ እንደማይጠራው ሁሉ፣ ኢየሱስ ክርስቶስም አብና መንፈስ ቅዱስ ተብሎ አይጠራም:: መንፈስ ቅዱስም ወልድና/ኢየሱስ ክርስቶስና አብ ተብሎ አይጠራም ማለት ነው::

[73] በአምላካዊ ባሕርይ አንድ መሆናቸው በግብርም አንድ ለመሆናቸው ምክንያት ነው:: ይህ እንዳለ ሆኖ የሥላሴ አካላት የተለያየ ግብር/ሥራ ደግሞ አላቸው ሲባል፣ ሥነ ፍጥረትንና ድነትን ታሳቢ ባደረገ መልኩ ብቻ ነው፤ ይኸውም እግዚአብሔር አብ የሚከተሉትን ሥራዎች ይሠራል/ሠርቶአል:- 1) ዓለማትን መፍጠር (1ቆሮንቶስ 8÷6፤ ራእይ 4÷11)፤ 2) መለኮታዊ መገለጥ መስጠት (ራእይ 1÷1)፤ 3) ድኅነት/ድነት መስጠት (ዮሐንስ 3÷16-17)፤ እንዲሁም 4) ኢየሱስ ክርስቶስ ሰው ሆኖ በሠራቸው ሥራዎች ውስጥ ተካፋይ መሆን (ዮሐንስ 5÷17፤ 14÷10):: እግዚአብሔር አብ የእነዚህ ሥራዎች ቀዳማይ አመንጪ (initiater) ነው:: አብ የሚሠራቸውን ሥራዎች የሠራው በኢየሱስ ክርስቶስ አማካይነት ነው:- 1) ዓለማትን መፍጠርና ዓለማትን ደግፎ መያዝ (1ቆሮንቶስ 8÷6፤ ዮሐንስ 1÷3፤ ቈላስይስ 1÷16-17)፤ 2) መለኮታዊ መገለጥ መስጠት (ዮሐንስ 1÷1፤ ማቴዎስ 11÷27፤ ዮሐንስ 16÷12-15፤ ራእይ 1÷1)፤ እንዲሁም 3) ድኅነት/ድነት መስጠት (2ቆሮንቶስ 5÷19፤ ማቴዎስ 1÷21፤ ዮሐንስ 4÷42)::

“አንድ” የሚለው ቃል ደግሞ ባሕርይን፣ መለኮትንና ህልውናን ማመልከቱን ነው።

አብ፣ ወልድና መንፈስ ቅዱስ የሚሉት ስሞች እግዚአብሔር በአካል ሦስት መሆኑን የሚያመለክቱ ሲሆን፣ “እግዚአብሔር” የሚለው ስም ደግሞ ባሕርይን (መለኮትን) ያመለክታል። ሦስትነቱ አካልን የሚያመለክት ሲሆን፣ አንድነቱ ደግሞ አምላክነትን የሚያመለክት ነው። እግዚአብሔር አንድ ነው ስንል፣ ሦስቱም

ኢየሱስ ክርስቶስ የአብ ወኪል (agent) ነው የሚባልበት ምክንያት፣ እግዚአብሔር አብ እነዚህን ሥራዎች የሠራው በኢየሱስ ክርስቶስ አማካይነት ስለሆነ ነው። እግዚአብሔር አብ የሚከተሉትን ሥራዎች የሠራው በመንፈስ ቅዱስ ኀይል ነው:- 1) ዓለማትን መፍጠርና ዓለማትን ደግፎ መያዝ (ዘፍጥረት 1÷2፤ ዮሐንስ 26÷13፤ መዝሙር 104÷30)፤ 2) መለኮታዊ መገለጥ መስጠት (ዮሐንስ 16÷12-15፤ ኤፌሶን 3÷5፤ 2ጴጥሮስ 1÷21)፤ 3) ድኅነትን/ድነትን መስጠት (ዮሐንስ 3÷6፤ ቲቶ 3÷5፤ 1ጴጥሮስ 1÷2)፤ እንዲሁም 4) በኢየሱስ ክርስቶስ ሥራ ውስጥ ተካፋይ መሆን (ኢሳይያስ 61÷1፤ ሐዋርያት ሥራ 10÷38)። በሁሉ ቦታ መገኘት፣ ሁሉን ማወቅ፣ ሁሉን መቻል፣ ፈጣሪነት ወዘተ የሚሉት መለኮታዊ ባሕርያት አብ፣ ወልድና መንፈስ ቅዱስ በእኩል የሚጋሩት ባሕርያት ናቸው። ይህ ባሕርይ እንዳለ ሆኖ አብ፣ ወልድና መንፈስ ቅዱስ የሥራ ክፍፍል አላቸው። “አብ ወላዲ፣ ወልድ ተወላዲ፣ መንፈስ ቅዱስ ሠራጺ ነው” የሚባለውም በሥላሴ አካላት መካከል የተለያየ ግብር/ሥራ እንዳለ ለማሳየት ነው። [አብ ወላዲ፣ ወልድ ተወላዲ ነው ሲባል፣ በአብና በወልድ መካከል ዘላለማዊ ግንኙነት እንዳለ ለማሳየት እንጂ፣ አብ የነበረበት ወልድ ግን ያልነበረበት ዘመን/ጊዜ ነበር ማለት እንዳልሆነ ልብ ይሏል። አብና ወልድን በተመለከተ ያለው “አባትነት”ና “ልጅነት”፣ ጊዜን ሳይሆን ግንኙነትን እንደሚያመለክት መዘንጋት የለበትም]። አብ ዓለምን ሰለወደደ አንዲያ ልጁን ሰጠ ን፤ ወልድ ዓለምን ስለወደደ የኀጢአታችንን ዕዳ በመክፈል የእግዚአብሔር ልጆች እንድንሆን አደረገ፤ መንፈስ ቅዱስ ዓለምን ስለወደደ፣ ክርስቶስ ወደ ፈጸመው ወጀአዊ ሥራ አመጣን፤ በኀጢአታችን እንድንናዘዝ፣ ክርስቲያናዊ ኑሮን እንድንኖር፣ መንፈሳዊ ፍሬዎችን እንድናፈራ፣ ሕይወታችንን እንደ እግዚአብሔር ቃል እንድናስተዳድር ወዘተ የሚያስችለን መንፈስ ቅዱስ ነው። የኀጢአታችንን ዕዳ ለመክፈል በመስቀል ላይ ደሙን በማፍሰስ ሕይወቱን የሰጠን አብ ወይም መንፈስ ቅዱስ ሳይሆን ወልድ ነው። ድኅነትን/ድነትን መስጠት የእግዚአብሔር ባሕርይ ነው፤ ስለዚህ እግዚአብሔር አብ በመስቀል ላይ ሞቶልናል ማለት ግን ትልቅ ስሕተት ነው። በሥላሴ መካከል ያለውን የግብር/የሥራ ልዩነት ስለሚያዛባ። “የሐዋርያት ቤተ ክርስቲያን” በመባል የሚጠራው መናፍቃዊ ድርጅት “አብ፣ ኢየሱስ የሚባለውን ሰው ሥጋ በመልበስ፣ በመስቀል ላይ ተሰቅሏል” ይላል። ይህ አብ ለኀጢአታችን ተሠቃየ “ጠትሮጠሽኒዝም” የሚለው የስባልዮስ ኑፋቄ ነው [“ጠቲር” (አባት) እና “ጠሽን” (መከራ፣ ሥቃይ) ከሚሉት ሁለት የግሪክ ቃላት የተገኘ ነው]። ይህ ኑፋቄ በጉባኤ ኒቂያ ተወግዞአል፣ “ውጉዝ ከመሰባልዮስ”።

[74] አካል ማለት የስሜት፣ የፈቃድና የዕውቀት መኖር እንጂ፣ የመጨበጥ/የመዳሰስ ወይም የመታየት ጉዳይ እንዳልሆነ ልብ ይሏል።

አካላት የአምላክነት ባሕርይ አላቸው ማለታችን ሲሆን፣ ሦስት አካላት ናቸው ስንል ደግሞ አብ፣ ወልድና መንፈስ ቅዱስ የራሳቸው የሆነ ስሜት፣ ፈቃድና ዕውቀት ማለትም የራሳቸው ማንነት አላቸው ማለታችን ነው:: ስለዚህ "አንድ" እና "ሦስት" የሚሉትን ቃላት የምንጠቀመው በተለያየ መንገድ ነው:: አንድነት አምላክነትን የሚያሳይ ሲሆን፣ ሦስትነት ደግሞ አካልን ያመለክታል::

በሌላ አገላለጽ፣ አንድነቱ "ምን" ("what") የሚለውን ሲያመለክት፣ ሦስትነቱ ደግሞ "ማን" ("who") የሚለውን ያሳያል:: "ማን" ስንል አብ፣ ወልድና መንፈስ ቅዱስ የተለያየ አካል እንዳላቸው ያሳያል:: ምን ስንል ደግሞ፣ አብ፣ ወልድና መንፈስ ቅዱስ ገንዘባቸው ያደረጓቸውን አምላካዊ ባሕርያት (essence) የሚያመለክት ነው::

መጽሐፍ ቅዱሳዊና ታሪካዊ ከሆነው መሠረተ እምነት በግልጽ የምንገነዘበው ቀኍም ነገር አብ፣ ወልድና መንፈስ ቅዱስ የሚሉት ስያሜዎች አካልን የሚያመለክቱ ሲሆን፣ "እግዚአብሔር" የሚለው ስም ደግሞ ባሕርይን/ባሕርዮትን[75] (መለኮትን) ያመለክታል:: እግዚአብሔር አንድ ነው ስንል፣ ሦስቱም አካላት የአምላክነት ባሕርይ አላቸው ማለታችን ሲሆን፣ ሦስት አካላት ናቸው ስንል ደግሞ አብ፣ ወልድና መንፈስ ቅዱስ የራሳቸው የሆነ ስሜት፣ ፈቃድና ዕውቀት አላቸው ማለት ነው:: ስለዚህ በትምህርተ ሥላሴ ውስጥ፣ "አንድ" እና "ሦስት" የሚሉት ቃላት የተለያየ ትርጒም እስከ ወከሉ ድረስ:—

1. እግዚአብሔር አንድ ነው::

5. አብ፣ ወልድና መንፈስ ቅዱስ ሦስት አካል ናቸው::

የሚለው አገላለጽ አንዳችም ቅራኔ የለበትም:: የሚከተሉትን ዐረፍተ ነገሮች ይመለከቷል:—

ሀ. እግዚአብሔር ሦስት ነው::

ለ. እግዚአብሔር አንድ ነው::

ይህ ተቃርኖ ነው:: ምክንያቱም እግዚአብሔር የሚለው ቃል ባሕርይን/ባሕርዮትን አመልካች ሲሆን፣ አንድ ጊዜ "አንድ ነው" ሌላ

[75] በመደበኛው አነጋገር "ባሕርይ" የሚለው ቃል "ጠባይ" ከሚለው ቃል ጋር ተቀላቅሎ ሲነገር ይደመጣል:: በነገረ መለኮቱ ዓለም ግን "ባሕርይ" የሚለው ቃል "ጠባይ" ከሚለው ቃል ጋር አንዳችም ግጣም የለውም:: "የሰው ባሕርይ" ስንል፣ ሊለወጥ የሚችለውን የሰዎች ጠባይ ታሳቢ ባደረገ መልክ ሳይሆን፣ ሰውን ሰው ያሰኙትን ወሳኝ (አንጡራ) ባሕርያትን ለማመልከት የገባ ነው:: ማርጀት፣ መድከም፣ ምግብ መፈለግ፣ ማሰብ፣ ወዘተ ሰውን ሰው ያደረጉት አንጡራ ባሕርያት ናቸው::

ጊዜ ደግሞ፣ "ሦስት ነው" መባሉ ቅራኔ ነው። "እግዚአብሔር" የሚለው ቃል ባሕርይን እስካመለከተ ድረስ እግዚአብሔር አንድ ነው ሦስት አካላት ግን አሉት የሚለው ጉዳይ፣ አንዳችም የሥነ አመክንዮ ተቃርኖ ሊኖርበት አይችልም። ለዚህም ነው፣ አንድነቱ "ምን" ("what") የሚለውን ሲያመለክት፣ ሦስትነቱ ደግሞ "ማን" ("who") የሚለውን ያሳያል ያልነው። "ማን" ("who") ስንል አብ፣ ወልድና መንፈስ ቅዱስ የተለያየ አካል እንዳላቸው፣ "ምን" ("what") ስንል ደግሞ፣ አብ፣ ወልድና መንፈስ ቅዱስ ያላቸውን አምላካዊ ባሕርያት (essence) የሚያመለክት ነው። ስለዚህ ትምህርተ ሥላሴ፣ አንድ ባሕርይ ያላቸው ሦስት አካላት ማለት እስከ ሆነ ድረስ፣ በአስተምህሮ ውስጥ ተቃርኖ አለ ማለት ፍጹም ስሕተት ነው።

ታሪካዊና መጽሐፍ ቅዱሳዊ የሆነው የሥላሴ አስተምህሮ እነዚህን መሠረታውያን ነጥቦች እርስ በርስ የሚያደባልቅ አይደለም። እንዲያውም እነዚህን ቃላት አግባብነታቸውን ተከትሎ በጥንቃቄ የሚጠቀምባቸው እንጂ። የአትናቴዎስ የሃይማኖት መግለጫን እንመልከት:—

> "በሦስትነቱ አንድነቱን፣ በአንድነቱም ሦስትነቱን አምነን አንድ አምላክን እናመልካለን። ይህም እውነተኛ የክርስትና ሃይማኖት ነው። ይህንንም የምናደርገው አካላቱን ሳንደባልቅ፣ መለኮታዊ ህልውናንም ሳንከፋፍል ነው። ምክንያቱም የአብ አካል ለብቻው፣ የወልድ ለብቻው፣ የመንፈስ ቅዱስም ለብቻው ስለ ሆነ ነው። ሆኖም የአብ፣ የወልድና የመንፈስ ቅዱስ መለኮት አንድ ነው፤ ክብሩ ሥልጣኑም እኩል ሆኖ ይኖራል። ወልድ በህልውናው እንደ አብ ነው፤ መንፈስ ቅዱስም እንደዚሁ ነው። አብ አልተፈጠረም፣ ወልድ አልተፈጠረም፣ መንፈስ ቅዱስም አልተፈጠረም። አብ ወሰን የለውም፣ ወልድ ወሰን የለውም፣ መንፈስ ቅዱስም ወሰን የለውም። አብ ዘላለማዊ ነው፣ ወልድ ዘላለማዊ ነው፣ መንፈስ ቅዱስም ዘላለማዊ ነው። ቢሆንም ዘላለማዊ የሚሆን አንድ እንጂ ሦስት አይደሉም። ያልተፈጠረና ወሰን የሌለው ሦስት እንዳልሆነ እንደዚሁም ያልተፈጠረና ወሰን የሌለውም አንድ ነው። እንዲሁም አብ ሁሉን የሚችል ነው፣ ወልድ ሁሉን የሚችል ነው፣ መንፈስ ቅዱስም ሁሉን የሚችል ነው። ቢሆንም ሁሉን የሚችል አንድ እንጂ ሦስት አይደለም። ስለዚህ አብ አምላክ ነው፣ ወልድ አምላክ ነው፣ መንፈስ ቅዱስም አምላክ ነው። ሆኖም አንድ አምላክ እንጂ ሦስት አማልክት አይደሉም። ስለዚህ አብ ጌታ ነው፣ ወልድ ጌታ ነው፣ መንፈስ ቅዱስም ጌታ ነው። ሆኖም አንድ ጌታ እንጂ ሦስት ጌቶች አይደሉም። ምክንያቱም የክርስትና እምነት እውነተኛነት እያንዳንዱ አካል አምላክና ጌታ መሆኑን እንድናምን እንደሚያስገድደን ሁሉ፣ የክርስትና ሃይማኖት ሦስት አማልክት ወይም ሦስት ጌቶች እንዳንል ይከለክለናል። አብ በማንም አልተሠራም፣ አልተፈጠረም፣

አልተወለደምም። ወልድ ከአብ ተወለደ እንጂ አልተሠራም፣ አልተፈጠረምም። መንፈስ ቅዱስ አልተሠራም፣ አልተፈጠረም፣ አልተወለደምም፤ ነገር ግን ከአብና ከወልድ የሚሠርጽ ነው። ስለዚህ አብ አንድ ስለ ሆነ ሦስት አብ አይደለም፤ ወልድም አንድ እንጂ ሦስት ወልድ አይደለም፤ መንፈስ ቅዱስም አንድ እንጂ ሦስት አይደለም። ከሦስቱ አካላት አንዱ ከሌላው ቀዳሚነት ወይም ደኃሪነት የለውም፤ አንዱም ከሌላው የሚበልጥ ወይም የሚያንስ አይደለም። ስለ ሆነም፣ ሦስቱ አካላት በእኩልነትና በዘላለማዊነት አንድ ናቸው። ከዚህ የተነሣም ከፍ ብሎ እንደ ተጠቀሰው ሦስቱ አካላት በአንድ መለኮት አንድ አምላክም በሦስት አካላት ይመለካል"[76]።

ምናልባት አንዳንድ ሰዎች የሚከተለው ዐይነት የሙግት ነጥብ በማቅረብ እስካሁን ያየነውን የሙግት አካሄድ ላለመቀበል ሙከራ ያደርጉ ይሆናል:—

ማቴዎስ ሰው ነው፤ ማርቆስ ሰው ነው፣ ሉቃስ ሰው ነው ስለዚህ ማቴዎስ፣ ማርቆስና ሉቃስ የተለያዩ ሰዎች ናቸው። የሚለው የሙግት አካሄድ ትክክል እስከ ሆነ ድረስ አብ አምላክ ነው፣ ወልድ አምላክ ነው፣ መንፈስ ቅዱስ አምላክ ነው ስለዚህ አብ፣ ወልድና መንፈስ ቅዱስ የተለያዩ አማልክት ናቸው ማለት እንዴት ስሕተት ይሆናል።

በቤተ ክርስቲያን ታሪክ ይህ ዐይነቱ የሙግት አካሄድ ስሕተት መሆኑን ለማሳየት ነገረ መለኮታውያንም ሆኑ የፍልስፍና ምሁራን የተለያዩ አስረጆችን አቅርበዋል[77]፤ በሚከተለው አንቀጽ፣

---

[76] *የኢትዮጵያ ወንጌላዊት ቤተ ክርስቲያን መካነ ኢየሱስ የእምነት መሠረትና መተዳደሪያ ደንብ፤* (መካነ ኢየሱስ ዋና ጽሕፈት ቤት አንደኛ ዕትም፤ አዲስ አበባ፤ ንግድ ማተሚያ ቤት 1974 ዓ.ም) ገጽ 6።

[77] በመኖሪያ ቀዬአቸው ቀጰዶቃውያን አበው በመባል የሚታወቁት የቂሳርያው ትልቁ አባት ባስልዮስ፣ ጎርጎርዮስ ዘእንዚናዙ እንዲሁም ጎርጎርዮስ ዘኑሲስ ማኅበራዊ ሥላሴያዊነት (Social Trinitarianism) በመባል የሚታወቀውን አካሄድ የሚከተሉ ሲሆን፣ የኦክስፎርድ ዩኒቨርስቲው ፕሮፌሰር ሪቻርድ ሲውንበርን፣ የባዮላ ዩኒቨርስቲው የፍልስፍና መምህር ዊልያም ሌን ክሪክ፣ የካልፊን የነገረ መለኮት ትምህርት ቤት የነገረ መለኮት መምህር የሆኑት ቆርኔሌዎስ ፕላንቲንጋ ከዚህ ከቀጰዶቃውይን አበው ጋር የሚስማማ ምሳሌ ተከትለው ብዙ ጽፈዋል (ዋቢ መጻሕፍት የሚለውን ክፍል ይመለከቷል)። አንዳንድ ምሁራን ደግሞ የቶማስ አኲይናስንና የአውጉስጢኖስን የሙግት አካሄድ በመከተል፣ በአስተምህሮ ሥላሴ ውስጥ አንዳችም ሥነ አመክንዮአዊ ተፋልሶ ያለመኑሩን ለማሳየት ጥረት አድርገዋል (ይህ አካሄድ ምዕራባዊ ሥላሴያዊነት Latin or Western Trinitarianism

"አንጻራዊ አንድነት እሳቦት"[78] በመባል በሚታወቀው አስተሳሰብ ውስጥ ተዘውትሮ የሚጠቀሰውን ምሳሌ ተከትዬ ርእሰ ነገሩን ለማብራራት ሙከራ አድርጌአለሁ::

1. ማቴዎስ ሰው ነው፤ ማርቆስ ሰው ነው፤ ሉቃስ ሰው ነው::
2. ስለዚህ ማቴዎስ፣ ማርቆስና ሉቃስ የተለያዩ ሰዎች ናቸው::

በቁጥር 1 ላይ በተጠቀሰው የሙግት ነጥብ ውስጥ ማቴዎስ፣ ማርቆስና ሉቃስ ሰው መሆናቸው እሙን ቢሆንም፣ ቁጥር 2 ስብእናቸው የተለያየ ነው ወደሚል ድምዳሜ የሚያደርስ ከሆነ ስሕተት ነው:: በሙግት 1 እና በሙግት 2 ላይ "ሰው" ወይም "ሰዎች" የሚለው ቃል ጥቅም ላይ የዋለው፣ የተለያየ ትርጕም ወክሎ ነው:: በቁጥር 1 ላይ ባሕርዮትን (essence) አመልካች ሲሆን፣ በቁጥር ሁለት ላይ ግን የተለያየ ስብእንና (personality) ሚያሳይ ነው:: ስለዚህ በአንድ ሙግት ውስጥ ለአንድ ቃል ሁለት የተለያየ ትርጕም በመስጠት ሙግትን ማቅረብ ስሕተት ነው (ይህ በሥነ አመክንዮ the fallacy of equivocation ይባላል)::

ነገሩን ለማስጨበጥ ይረዳ ዘንድ አንድ ምሳሌ እንጠቀም[79]:: በዮሴፍ ቤተ ክርስቲያን መካነ መቃብር በሚገኘው የአትሌት አበበ

በመባል ይታወቃል):: አንባብያን ልብ ሊሉት የሚገባው ቁም ነገር፣ በማኅበራዊ ሥላሴያውንና በምዕራባውያን ሥላሴያውን መካከል አንዳችም የፅንስ ሐሳብ ልዩነት የለም:: ልዩነቱ የትኛውን መንገድ ተከትለን ትምህርተ ሥላሴን ብናብራራ ለአእምሮ ግቡዕ ይሆናል የሚለው ጕዳይ ነው:: አንድ ነገር ቅራኔ እንደሌበት ማሳየት አንድ ነገር ነው፤ ርእሰ ጕዳዩን ደግሞ ለአእምሮ ግቡዕ በሆነ መንገድ ማብራራት ደግሞ ሌላ ጕዳይ ነው:: በማኅበራዊ ሥላሴና በምዕራባውን ሥላሴ መካከል ያለው አካሄድ፣ ጕዳዩን በትክክል የሚያብራራው ምንድን ነው በሚለው ጕዳይ ላይ ያለ የአካሄድ ልዩነት እስከ ሆነ ድረስ ሰዎች፣ አንድ ሰው ጥሩ የሚለውን አካሄድ ሌላው ሰው ግልጽ አይደለም ሊለው ይችላል::

78 "Relative-sameness assumption" ወይም "the theory of the relativity of identity" በመባል የሚጠራው የሙግት አካሄድ በመጠቀም የሚታወቀው የኬንብሪጅ ዩኒቨርስቲ ፈላስፋው ፒተር ጌች ሲሆን (Peter Geach)፣ የሙግት አካሄዱን በጠለለ መልኩ ያቀረበው የኖቲር ዳም ዩኒቨርስቲ የፍልስፍና ፕሮፌሰር ፒተር ቫንኢንዋገን (Peter vanInwagen) ነው (ዋቢ መጻሕፍት የሚለውን ክፍል ይመለከቷል)::

79 ምሳሌውን አገርኛ ለማድረክ እንሞክር እንጂ የወሰድነው Jeffrey E. Brower and Michael C. Rea, "*Understanding the Trinity*" ካዘጋጁትና ካልታተመ ጽሑፍ ነው::

ቢቂላ መቃብር ላይ፣ በአበበ ምስል የተቀረጸ የነሐስ ሐውልት ሠራን እንበል። ይህ *"ሐውልት"* ነው፣ እንዲሁም የነሐስ *"ጥፍጥፍ"* ነው። ሐውልቱ ከነሐስ ጥፍጥፍ የሚለይበት ነገር አለው። ለምሳሌ ሐውልቱ ቢቀልጥ የነሐስ ጥፍጥፉን እንጂ ሐውልቱን አናገኘውም፤ ይህ ሁኔታ ሐውልቱና የነሐስ ጥፍጥፉ የሚለዩባቸው ሁኔታዎች እንዳሉ የሚያሳይ ነው። በፍልስፍና ትምህርት (ዲበአካል—Metaphysics) አንድ ነገር ከሌላው ተለይቶ መኖር የሚችለው ከተለየበት ነገር የተለየ *ማንነት* ሲኖረው ብቻ ነው ይላል (ሐውልቱ ከራሱ ውጪ መኖር ስለማይችል ስናቀልጠው ሐውልት መሆኑ ቀርቶ የነሐስ ጥፍጥፍ ይሆናል)።

ሐውልቱና ነሐስ ጥፍጥፉ በአንድ ጊዜና በአንድ ቦታ ተመሳሳይ ባሕርዮት ወይም ኑባሬ ቢኖራቸውም፣ አንዱ ከሌላው የሚለይበት ጠባይ (በዚህ ሁኔታ ቅርጽ) ስላለው አንዱ "የነሐስ ጥፍጥፍ" በመባል የሚጠራ ሲሆን፣ ሌላው ደግሞ "የነሐስ ሐውልት" ይባላል።

አንድ ተዋናይ በአንድ ተውኔት ውስጥ የሁለት ሰዎችን ገጸ ባሕርይ ተላብሶ ቢጫወት፣ የአንዱ ገጸ ባሕርይ ያለመኖር ሌላው ገጸ ባሕርይ እንዳይኖር ሊያደርገው ይችላል፤ የነሐስ ጥፍጥፉና የነሐስ ሐውልቱ የየራሳቸው ማንነት አላቸው እንድንል የሚያደርገን። በዚህ ሁኔታ ውስጥ "ነሐስ" የሚለው ጉዳይ ባሕርይን/ኑባሬን የሚያሳይ ሲሆን፣ "ጥፍጥፍ" እና "ሐውልት" የሚሉት ጉዳዮች ግን የቅርጽን ልዩነት የሚያመለክቱ ናቸው። ስለዚህ ሁለት ነሐስ ማለት እንደማንችለው ሁሉ አብ፣ ወልድና መንፈስ ቅዱስ ሦስት አማልክት ናቸው ማለት አንችልም ምክንያቱም "አምላክ" የሚለው ቃል ባሕርይን የሚያመለክት ስለሆነ። ጥፍጥፉና ሐውልቱ የተለያዩ እንደ ሆኑ ሁሉ አብ፣ ወልድና መንፈስ ቅዱስ የተለያየ ማንነት አላቸው።

በዚህ ቦታ ሁለት መሠረታዊ ነገሮችን ማብራራታችንን ልብ ይሏል። አንደኛው በትምህርተ ሥላሴ ውስጥ ቅራኔ አለ ለሚለው ትችት መልስ የሰጠንበት ሲሆን፣ ርእሱ ጉዳዩን እንዴት እናብራራ የሚለው ደግሞ ሌላው ነጥብ ነው። ለአእምሮ ግቡዕ በሆነ መንገድ ለማብራራት የሄድንበት አካሄድ የተፈለገውን ውጤት አስገኝቶ ከሆነ እሰየው ነው። ቢያንስ የሥላሴ ትምህርት ሐያስያን እንደሚሉት በአስተምህሮው ውስጥ ቅራኔ አለ የሚለው ትችት፣ ፍጹም ስሕተት መሆኑን በግልጽ አሳይተናል። ጉበዝ በመሠረተ እምነታችን ውስጥ አንዳችም ቅራኔ የለም!

ይህ ትምህርተ ሥላሴ ለማብራራት ምሳሌ ይሆናል ብለን ያቀረብነው አስረጅ እንጂ ይህ ጉዳይ የሥላሴ ተምሳሌት ነው ማለታችን እንዳልሆነ ግን ልብ ይሏል። ይህም ምሳሌ ነው "አንጻራዊ አንድነት እሳቦት" የሚባለው።

ክፍል

፫

ትምህርተ ሥላሴና
ታሪክ

•

ቅድመ ጉባኤ ኒቂያ አበው ስለ ሥላሴ ምን ይላሉ?

የትምህርተ ሥላሴ ቀዳማይ አመንጪ መጽሐፍ ቅዱስ ቢሆንም፣ በሐዋርያት እግር ሥር የተማሩ ቀደምትም ሆኑ ደኅርት[80] የቤተ ክርስቲያን አበው፣ ትምህርተ ሥላሴን በተመለከተ ምን አሉ የሚለውን ጉዳይ መቃኘት፣ የተዛባ የታሪክ መረጃ ያላቸውን ሰዎች ለማቅናት ጠቀሜታ ስላለው፣ ከእነዚህ ውስጥ የተወሰኑትን በእማኝነት እናቀርባለን[81]::

ትምህርተ ሥላሴን እንደ አርዮስ ካሉ የመናፍቃን ጥቃት በመጠበቁ ሂደት ውስጥ ትልቅ ድርሻ ከነበራቸው መኻል አንዱ አትናቴዎስ (Athanasius) ቢሆንም፣ ርእሰ ጉዳዩን በጠለለና በዳበረ መልኩ የተነተኑት ቀጰዶቃውያን አበው[82] ናቸው::

በርካታ ሰዎች በተለይ መናፍቃን፣ ትምህርተ ሥላሴ ከቃለ እግዚአብሔር የተቀዳ ሳይሆን፣ ከጉባኤ ኒቂያ በኋላ[83] የመጣ ባዕድ አስተምህሮ ነው የሚል አመለካከት አላቸው:: ጉባኤ ኒቂያ በሮማው

---

80 ደኅርት ማለት ኋለኛ፣ የኋላ፣ ታናሽ፣ ተከታይ ወዘተ ማለት ነው::

81 ለነገረ መለኮት ሙግት የመጽሐፍ ቅዱስን ማስረጃ በእማኝነት አቅርበናል፤ ለሥነ አመክንዮ ሙግት፣ የአመክንዮን ሕግጋት በአስረጅነት በማቅረብ ትችቱን ተከላክለናል:: አሁን ደግሞ ለተዛባ የታሪክ መረጃ የታሪክ ድርሳናትን መጥቀስ አግባብ ይሆናል::

82 ቀጰዶቃውያን አበው (Cappadocian Fathers) የሚባሉት፣ የቂሳርያው ትልቁ አባት ባስልዮስ (Basil The Great)፣ ጎርጎርዮስ ዘእንዚናዙ (Gregory of Nazianzus) እንዲሁም ጎርጎርዮስ ዘኑሲስ (Gregory Nyssa) ናቸው:: በዚህ መጽሐፍ የቤተ ክርስቲያን አባቶችን ስም የምንጠቅሰው፣ የጥንት ኢትዮጵያውያን ጸሓፍት በሚጠቀሙበት መንገድ ነው:: የወንጌላውያን አብያተ ክርስቲያናት ዐውዳዊ ነገረ መለኮት (contextualize theology) የሚለውን ጉዳይ ትኩረት የሚሰጡበት እስከ ሆነ ድረስ፣ የቤተ ክርስቲያን አባቶችን ስያሜ በተመለከተ ትልቅ ትኩረት ሊሰጡበት የሚገባ ይመስለኛል::

83 ጉባኤ ኒቂያ በጎርጎሮሳውያኑ የዘመን አቈጣጠር 325 ዓ.ም በጁሊያን የዘመን አቈጣጠር 318 ዓ.ም የተካሄደ የቤተ ክርስቲያን ጉባኤ ነው::

ቄሳር ቈስጠንጢኖስ[84] ተጠርቶ፣ የእስክንድርያ ቤተ ክርስቲያን አለቃ የነበረው አርዮስ፣ "ኢየሱስ ክርስቶስ ከአብ ጋር በሁሉ ነገር ትክክል አይደለም" የሚለውን ትምህርቱን ለመመርመር የተቀመጠ ጉባኤ ነው።

ጉባኤው አርዮስን አውግዞና ክርስቶስ ፍጹም አምላክ ነው የሚለውን መሠረተ እምነት አጽንቶ ያለፈ ጉባኤ ቢሆንም፣ አንዳንድ ሰዎች ትምህርተ ሥላሴ ከኒቂያ ጉባኤ በፊት አልነበረም የሚል የተሳሳተ ግንዛቤና ሙግት አላቸው። ጉባኤ ኒቂያ ብሉያትንና ሐዲሳትን እያጣቀሰ አስተምህሮውን ደርዝ ባለው መልክ ያብራራ ጉባኤ እንጂ፣ በመጽሐፍ ቅዱስ ያላስተማረውን ትምህርት ያስተላለፈ ጉባኤ ላለመሆኑ፣ የታሪክን እማኝነት በመጥቀስ ይህን የተሳሳተ የታሪክ ግንዛቤ፣ ስሕተት መሆኑን ማጋለጥ አግባብ ስለሚሆን፣ ከጉባኤ ኒቂያ በፊት የነበሩትን የቤተ ክርስቲያን አበው በርእሰ ጉዳዩ ላይ ምን ብለው ዐለፉ፣ የሚለውን ጉዳይ በአስረጅነት ለማቅረብ እንሞክራለን። ይህ ጽሑፍ ዳሰሳዊ ጥናት ስለሆነ፣ የሁሉንም አበው እማኝነትና ትምህርት በስፋት ማቅረብ ስለማይቻል፣ የጥቂቶቹን ብቻ በናሙናነት ቈንጥረን በመውሰድ እንመለከታለን። ይህን የምናደርገውም የእነዚህን አበው ጽሑፍ በቀጥታ በመተርጐም ነው።

ጶሊቃርጶስ (Polycarp) በ70 ዓ.ም ተወልዶ በ155 ዓ.ም ወይም ደግሞ 160 ዓ.ም የሞተ፣ የሐዋርያው ዮሐንስ ደቀ መዝሙር የነበረ እንዲሁም የሰምርኔስ ቤተ ክርስቲያን ሊቀ ጳጳሳት የነበረ ሰው ነው። ይህ ሰው ትምህርተ ሥላሴን በተመለከተ እንዲህ ብሏል:—

> "ሁሉን ቻይ እግዚአብሔር ሆይ…ዘላለማዊና ሰማያዊ በሆነው ሊቀ ካህናት በምትወደውና ባከበርኸው ልጅህ በኢየሱስ ክርስቶስ በኩል ለአንተና ለእርሱም እንዲሁም ለመንፈስ ቅዱስ አሁንም ሆነ ለዘላለም ክብር ይሁን"[85]

---

[84] በወቅቱ የአገረ ሮማ ንጉሠ ነገሥት የነበረ።

[85] n. 14, ed. Funk; PG 5.1040.

ዮስጦስ ሰማዕት (Justin Martyr)፣ የቤተ ክርስቲያን ዐቃቤ እምነት[86] የነበረና የሰማዕትነትን ክብር የተቀዳጀው ይህ አባት በ100 ዓ.ም ተወልዶ 165 ዓ.ም እንደ ሞተ ይገመታል። ይህ አባት ትምህርተ ሥላሴን በተመለከተ እንዲህ ብሏል:—

> "የዓለማት ጌታ በሆነው በእግዚአብሔር በስመ አብ፣ በመድኀኒታችንም ኢየሱስ ክርስቶስ እንዲሁም በመንፈስ ቅዱስ በውሃ መታጠብን ያገኛሉ"[87]

አግናጢዮስ ዘአንጾኪያ (Ignatius of Antioch) የአንጾኪያ ቤተ ክርስቲያን ሊቀ ጳጳሳት የነበረና በ98 ዓ.ም ወይም በ117 ዓ.ም እንደ ሞተ የሚገመት ክርስትናን ከመናፍቃን በመከላከሉ ዙሪያ ብዙ የጻፈ ዐቃቤ ክርስትና ነው:—

- "ጌታችን ለኢየሱስ ክርስቶስ፣ ለእርሱና በእርሱ በኩልም ለአብና ለመንፈስ ቅዱስ ክብርና ኀይል ለዘላለም ዓለም ይሁን"[88]

---

[86] ዐቃቤ እምነት/ክርስትና የሚለው ስያሜ (Apologetics) የሚለውን የእንግሊዝኛ ቃል የሚወክል ነው። በግእዝ ዐቃቢ ማለት የሚጠብቅ፣ ጠባቂ፣ ተመልካች፣ ከልካይ ማለት ነው። ዐቃቤ ክርስትና የሚባሉት የክርስትናን መሠረተ እምነት ከመናፍቃን እንዲሁም ክርስቲያናዊ ካልሆኑ የተለያዩ የስሕተት ትምህርቶች/ሒሶች የሚጠብቁ ሰዎች ናቸው።

"አፖሎጄቲክስ" (apologetics) የሚለው የእንግሊዝኛ ስያሜ የተወሰደው "አፖሎጊያ" ወይም "አፖሎጊዮ" ከሚለው የግሪክ ቃል ነው። አፖሎጊያ የሚለው ቃል በ1ጴጥሮስ 3÷15 ላይ የሚገኝ ሲሆን፣ ሁሉም የአማርኛ ትርጒሞች (የ1954፣ የ1980 እንዲሁም የአዲሱ መደበኛ ትርጒም) "መልስ መስጠት" ብለው ተርጒመውታል። በአብዛኛው ይህ ክፍል ለዐቃቤ ክርስትና መሪ ጥቅስ ተደርጎ ይወሰዳል። የዐቃቤ ክርስትና ዐቢይ ዐላማ፣ ክርስቲያናዊ እምነት መጽሐፍ ቅዱሳዊና ምክንያታዊ/ምክንዩአዊ ለመሆኑ ማስረጃ ማቅረብ ነው። አፖሎጂያ የሚለው የግሪክ ቃል በሚከተሉት ክፍሎች ውስጥም ተጠቅሶ ይገኛል (ሐዋርያት ሥራ 22÷1፤ 25÷16፤ 1ቆሮንቶስ 9÷3፤ 2ቆሮንቶስ 7÷11፤ ፊልጵስዩስ 1÷7:16፤ 2ጢሞቴዎስ 4÷16)።

[87] First Apol., LXI.

[88] n. 7; PG 5.988።

ጠርጡሊያኖስ ወይም ተርቱሊያኖስ (Tertullian 160-215) አፍሪካዊ ዐቃቤ ክርስትና እንዲሁም የነገረ መለኮት ሊቅ ነው፡፡ ክርስትናን ከመናፍቃንና ከሌሎች ሐያስያን ለመከላከል ብዙ ጽፎአል፡፡

> "አብና ወልድ ሁለት ከመንፈስ ቅዱስ ጋር ደግሞ ሦስት መሆናቸውን እንገልጻለን፡፡ የቀኍጥሩም ቅደም ተከተል ከድነት አንጻር ነው. . .ይህም አንድነትንና ሦስትነትን መሠረት አድርጎ ሦስቱንም ማዕከል ያደረገ ነው፤ እነርሱም አብ፣ ወልድና መንፈስ ቅዱስ፡፡ [አብ፣ ወልድና መንፈስ ቅዱስ] ሦስት ናቸው. . .ነገር ግን በባሕርይ ሳይሆን በገጽ፤ በኀይል ሳይሆን ነገር ግን በዐይነት፡፡ በባሕርይና (substance) በኀይል አንድ ናቸው፤ ምክንያቱም አንድ አምላክ ብቻ ስላለና ይህም ባሕርይ፣ ገጽና ዐይነት በአብ፣ በወልድና በመንፈስ ቅዱስ ዙሪያ ያለ በመሆኑ"[89]

አርጌንስ (Origen 185-254) የእስክንድርያ ቤተ ክርስቲያን የነገረ መለኮት ምሁር ነው፡፡ አርጌንስ ክርስትናን ከተለዩ ሐያስያን የተከላከለና ክርስትናን በተመለከተ ብዙ የጻፈ ሰው ነው፡፡

> "የእግዚአብሔር ቃል ወይም የእግዚአብሔር ጥበብ ጅማሬ አለው የሚል ማንኛውም ሰው፣ ቢያንስ እግዚአብሔርን መናቁ እንደ ሆነ ልብ ሊለው ይገባል. . .ምክንያቱም እግዚአብሔር ባለፉት ዓመታትም ሆነ ዘመናት ወይም ከዚህ ውጪ ሊገመት በሚችልበት ጊዜ ሁሉ፣ እግዚአብሔር የጥበብ ባለቤት ነውና . . . ይህ እውነት ለእግዚአብሔር አብ እንደ ሆነው ሁሉ ለወልድም ነው"[90]

> "እውነታው ይህ ከሆነ [መንፈስ ቅዱስ አሁን እንደ ሆነው ሁሉ ዘላለማዊ ካልሆነ፣ በዘመናት ውስጥ ዕውቀትን ገብይቶ መንፈስ ቅዱስ መሆን ከቻለ] መንፈስ ቅዱስ ለዘላለም ዓለም መንፈስ ቅዱስ

---

[89] Adv. Prax. 23; PL 2.156-7፤ በቅንፍ ያለውን አይጨምርም፡፡

[90] De Princ. 1.2.; PG 11.132፡፡

መሆን ካልቻለ፣ እንደማይለወጠው አብና እንደ ልጁ ሁሉ መንፈስ ቅዱስ የሥላሴ አንዱ አካል ነው ማለት አይቻልም"[91]

"የመለኮት ምንጭ ብቻ ሁሉን ነገር በቃሉና በምክንዩው የሚይዝ ከሆነ፣ በሥላሴ አካላት ውስጥ መበላለጥ ወይም መተናነስ የለም"[92]

ሔሬኔዎስ (Irenaeus) በ115 ዓ.ም ተወልዶ 190 ዓ.ም የሞተ፣ በልጅነቱ የሐዋርያው ዮሐንስ ደቀ መዝሙር ከነበረው ከጳሊቃርጶስ እግር ሥር የተማረ እንዲሁም የልዮን ቤተ ክርስቲያን ሊቀ ጳጳሳት የነበረ ሰው ነው:—

"ቤተ ክርስቲያን በዓለም ሁሉ እንዲሁም እስከ ዓለም ዳርቻ ድረስ ብትበተንም፣ ቤተ ክርስቲያን ከሐዋርያትና ከእነርሱ ደቀ መዛሙርት የተቀበለችው የሚከተለውን መሠረተ እምነት ነው:- ሁሉን ቻይ የሆነና ሰማይንና ምድርን እንዲሁም ባሕርን በእነዚህም ውስጥ የሚኖሩትን ሁሉ የፈጠረ አንድ እግዚአብሔር፤ በእግዚአብሔር ልጅ በአንዱ በኢየሱስ ክርስቶስ፣ ለድነታችን ሲል ትስብእት የሆነ፤ በመንፈስ ቅዱስ፣ የእግዚአብሔርን ዘመን በነቢያቱ ያበሠረ እንዲሁም የተወዳጁ ጌታችንን የኢየሱስ ክርስቶስን ምጽአት፣ ከድንግል መወለድ፣ ሕማም፣ ከሙታን መነሣት፣ በአካለ ሥጋ ወደ ሰማይ ማረግ፣ 'ሁሉን አንድ አድርጎ ለመሰብሰብ' በአብ ክብር ከሰማይ መገለጥ፣ የሰው ልጆችን ሁሉ በአዲስ አካል ከሙታን ማስነሣት፣ ይኸውም ክርስቶስ ኢየሱስ ጌታችንና አምላካችን እንዲሁም አዳኛችንና ንጉሣችን መሆኑን፣ በማይታየው አብ ፈቃድ 'በሰማይና በምድር ከምድርም በታች' ያለ ጉልበት ሁሉ

---

[91] Alexander Roberts and James Donaldson, eds., *The Ante-Nicene Fathers,* (Grand Rapids: Eerdmans, 1975), rpt., Vol. 4, p. 253, de Principiis, 1.111.4

[92] Roberts and Donaldson, *Ante-Nicene Fathers,* Vol. 4, p. 255, de Principii., I. iii. 7

እንዲንበረከክለት፣ ምላስም ሁሉ ለሁሉ ኀጢአት ብሎ እንደ ተሰዋ እንዲመሰክርለት ነው. . .”[93]

ከጉባኤ ኒቂያ በፊት የነበሩት እነዚህ የእምነት የቤተ ክርስቲያን ዕውቅ አባቶች እንዲህ ዐይነት እምነት ያላቸው ከሆነ፣ የአስተምህሮው ቀዳማይ አመንጪ ጉባኤ ኒቂያ ሳይሆን ቃለ እግዚአብሔር ነው ማለት ነው። የሥላሴ አስተምህሮ ጠንሳሽ የኒቅያ ጉባኤ ቢሆን ኖሮ፣ ክርስቲያኑ ማኅበረሰብ ከቀድሞው አስተምህሮ ጋር የማይጣጣም ነው በሚል ተቃውሞ ለምን አላቀረበም? ኖሮስ ቢሆን ይህ ዐይነቱ ተቃውሞ በታሪክ ተዘግቦ ለምን አልተገኘም? በአጠቃላይ ትምህርተ ሥላሴ ቅዱሳት መጻሕፍትን ብቻ ሳይሆን፣ ሥነ አመክንዮንና ታሪክን መሠረት ያደረገ ርቱዕ ትምህርት ነው። በዚህ መጠን የማይነቀስ የማይገሠሥ ማስረጃ ካለን እኛም እንደ መንፈሳውያኑ አበው፣ ውጉዝ ከመአርዮስ ወውጉዝ ከመሰባልዮስ የማለት ሙሉ ድፍረት አለን።

---

93 Against Heresies X.1።

ትምህርተ ሥላሴና የዓለም ሃይማኖቶች

በቤተ ክርስቲያን ታሪክ ውስጥ የእግዚአብሔር ልጅ ኢየሱስ ክርስቶስ አምላክ ነውን የሚለው ጉዳይ በስፋት ሲያነጋግር የነበረው በአራተኛው፣ በአምስተኛውና በስድስተኛው መቶ ክፍለ ዘመን ነው። በዚህም ምክንያት በርካታ የቤተ ክርስቲያን ስብሰባዎች ተካሂደዋል፤ በተለይ በ325 ዓ.ም የተካሄደው ጉባኤ ኒቂያ፣ በ381 ዓ.ም የተካሄደው ጉባኤ ቈስጠንጥኒያ፣ በ431 ዓ.ም የተካሄደው ጉባኤ ኤፌሶን እንዲሁም በ451 ዓ.ም የተካሄደው ጉባኤ ከልቄዶን በቤተ ክርስቲያን ታሪክ ውስጥ ከፍተኛ ቦታ የሚሰጣቸው ናቸው። የእነዚህም ጉባኤዎች አቋም በካቶሊክ፣ በኦርቶዶክስና በወንጌላውያን አብያተ ክርስቲያናት እንዲሁም በአብዛኞቹ ክርስቲያናዊ ተቋማት ሙሉ ተቀባይነት አለው።

ትምህርተ ሥላሴ የክርስትና እምነት መሠረታዊ አስተምህሮ መሆኑ ብቻ ሳይሆን፣ ክርስትና ከዓለም ሃይማኖቶች ጋርም ሆነ ከመናፍቃን ጋር የሚለያይበት ዳር ድንበር ነው ማለት ይቻላል። የይሁዲ እምነትና እስልምናን ጨምሮ ራሳቸውን ክርስቲያን ብለው የሚጠሩ ነገር ግን፣ ይህን መሠረተ እምነት የማይቀበሉ በርካታ የሃይማኖት ድርጅቶች አሉ። እንዲያውም አንዳንዶቹ የሃይማኖት ድርጅቶች፣ ትምህርተ ሥላሴ ከጥንት አረማውያን አስተሳሰብ የተቀዳ ነው የሚል አቋም ሲኖራቸው፣ አንዳንዶቹ ደግሞ አስተምህሮውን እንቀበላለን እያሉ ትምህርቱን የሚያብራሩበት መንገድ ግን ከቅዱሳት መጻሕፍት አስተምህሮውን ከሚያብራሩበት መንገድ ፍጹም የተለየ ነው።

የይሁዲ ሃይማኖት የሥላሴን አስተምህሮ አይቀበልም። በአዲስ ኪዳን ንባባት አይሁዶች ኢየሱስ ራሱን እንደ አምላክ አድርጎ

የማቅረቡን ጉዳይ፣ አምላክን እንደ መጻረፍ (መሳደብ) አድርገው ነበር የቈጠሩት። ለምሳሌ በማርቆስ ወንጌል፣ ኢየሱስ የሰውየውን ኀጢአት ይቅር ማለቱ አንዳንድ የአይሁድ የሕግ መምህራንን፣ "ይህ ሰው ስለ ምን እንደዚህ ያለ ስድብ ይናገራል? ከአንዱ ከእግዚአብሔር በቀር ኀጢአት ሊያስተሰርይ ማን ይችላል? ብለው አሰቡ" (ማርቆስ 2÷7)። በዮሐንስ ወንጌል አንዳንድ አይሁድ ኢየሱስን በድንጋይ ለመውገር የተነሡበትን ምክንያት ሲያብራሩ፣ "ስለ መልካም ሥራ አንወግርህም፤ ስለ ስድብ፤ አንተም ሰው ስትሆን ራስህን አምላክ ስለማድርግህ ነው እንጂ ብለው መለሱለት" (ዮሐንስ 10÷33) ይለናል።

የእስልምና ሃይማኖት መመሪያ የሆነው ቁርዓን፣ የሥላሴን አስተምህሮ እንደማይቀበል በግልጽ አስፍሮአል። የሚገርመው ግን ክርስቲያኖች ሥላሴ የሚሉት አብን፣ ኢየሱስንና ማርያምን ነው የሚለው ትምህርቱ ነው:—

> "በትንሣኤ ቀን አላህ እንዲህ ይላል:— የማርያም ልጅ ኢሳ ሆይ! ከአላህ በስተቀር እኔንና እናቴን እንደ ሁለት አምላክ አምልኩ ብለህ ነበርን? እርሱም እንዲህ ሲል ይመልስለታል:— 'ክብር ሁሉ ለአንተ ይሁን! ይህንን ለማለት መብቱ የእኔ አይደለም'" (ቁራን 5÷116-117)።

ትምህርተ ሥላሴን ያለመቀበል ሙሉ መብት ነው። ነገር ግን አስተምህሮውን በዚህ መልክ አሳስቶ ማቅረብ ፍጹም ስሕተት ነው። የአርዮስን[94] አስተምህሮ በመከተላቸው በርካታ ሰዎች አርዮሳውያን በማለት የሚጠሯቸው፣ ራሳቸውን የይሖዋ ምስክሮች ብለው የሚጠሩ የመጠበቂያ ግንብ የመጽሐፍ ቅዱስና የትራክት

---

[94] በጉባኤ ኒቂያ ክፉኛ የተወገዘ መናፍቅ ነው። "ውጉዝ ከመአሪዮስ"ን ልብ ይሏል።

ማኅበር ድርጅት አባላት፣ ስለ ትምህርተ ሥላሴ የሚከተለው አቋም አላቸው:—

ይሖዋ አምላክ በአንድ አካል ሁሉን ቻይ እግዚአብሔር ነው:: እግዚአብሔር ሥላሴ አይደለም:: በክርስትና እምነት ሃይማኖት አንቀጽ ላይ እንደ ሰፈረው፣ "በእግዚአብሔር አካላት" ውስጥ [ግጻዌ[95] መለኮት ውስጥ] ሦስት እኩል የሆኑ አካላት የሉም:: ኢየሱስ ክርስቶስ ሁሉን ቻይ አምላክ ሳይሆን በይሖዋ አምላክ የተፈጠረ ብቸኛ ፍጡር ነው:: እንዲያውም ሊቀ መላእክት ሚካኤል ነው:: መንፈስ ቅዱስ አካል የሌለው የአምላክ ፈጣን ኀይል ነው:: በእግዚብሔር አካላት ውስጥ መንፈስ ቅዱስ የሚባል ሦስተኛ አካል የለም[96]::

ድርጅቱ ትምህርተ ሥላሴን አለመቀበሉ ብቻ ሳይሆን፣ ሰዎች በአስተምህሮው ላይ የተሳሳተ ግንዛቤና ጥላቻ እንዲያድርባቸው እንዲሁም አስተምህሮውን እንዲያወግዙት በኅብረ ቀለማት የተዋቡ በርካታ ጽሑፎችን በተለያዩ ቋንቋዎች በከፍተኛ ቍጥር ዐትሞ በብዙ ቦታዎች በማሠራጨት ከፍተኛ ቅስቀሳ ያካሂዳል:: የሚገርመው ግን ድርጅቱ የሥላሴ አማኒያን እምነት ነው ብሎ የሚያሠራጫቸው መረጃዎች በአብዛኛው፣ የሥላሴ

95 "ግጻዌ መለኮት" በእንግሊዝኛው Godhead የሚለውን ሙያዊ ቃል እንዲወክል ጥቅም ላይ የዋለ (የተቀመረ) ነው:: አንዳንድ ምሁራን ከቋንቋው ትርጒም በመነሣት "ግጻዌ መለኮት" የሚለው የግእዝ ቃል Godhead የሚለውን ሊወክል አይችልም ባይ ናቸው:: "የእግዚአብሔር አካላት" ተብሎ መተርጐሙን ግን አብዛኞቹ ይስማሙበታል:: በዚህ መጽሐፍ ውስጥ የተጠቀምንበት፣ "የእግዚአብሔር አካላት" የሚለውን ሙያዊ ቃል በሚወክል መልኩ ነው::

96 *በሥላሴ ማመን ይገባሃልን?* (Brooklyn: Watchtower Bible and Tract Society, 1993). እንዲሁም *ከቅዱሳን ጽሑፎች እየጠቀሱ ማመራመር* (Brooklyn: Watchtower Bible and Tract Society, 1994), 197-198, 212-221, 403-427 የሚሉትን የድርጅቱን መጻሕፍት ይመለከቷል::

አማኒያን ከሚያምኑት የሥላሴ መሠረተ ትምህርት ጋር የማይጣጣም መሆኑ ነው[97]::

የሰባልዮስ[98] መንፈሳዊ ልጆች ነን የሚሉት[99] እንዲሁም፣ "የሐዋርያት ቤተ ክርስቲያን" በመባል የሚታወቀው ሃይማኖታዊ ድርጅት ተከታዮች ደግሞ፣ ስለ ሥላሴ እንዲህ የሚል አስተምህሮ አላቸው:—

> "መለኮት ከዘላለም በአካል፣ በባሕርይ፣ በስም፣ በግብር አንድ እንጂ ሁለት ወይም ሦስት አልነበረም:: በሦስት መንገድ ግን ራሱን ለሕዝቡ ገልጾአል:: በሦስት መንገድ የተገለጸበትም ምስጢር በአብነት በሥጋ ዐይን ሳይታይ፣ በወልድነት በሥጋ እየታየ፣ በመንፈስ ቅዱስነት እስትንፋሱን በሕዝቡ ልብ ውስጥ በማሳደሩ ተገልጦአል"[100]:: "ከጥንት ከዘላለም እግዚአብሔር ወይም መለኮት አብ፣ ወልድ፣ መንፈስ ቅዱስ በመባል በሦስት አካላት

---

[97] በዚህ ረገድ ተጨማሪ ማብራሪያ ከፈለጉ፣ ተስፋዬ ሮበሌ፤ *የይሖዋ ምስክሮችና አስተምህሮአቸው በቃለ እግዚአብሔር ሲመዘን*፤ ራዕይ አሳታሚ ድርጅት፤ 1991 ዓ.ም፤ አዲስ አበባ ኢትዮጵያ፤ በሚል ርእስ የታተመውን መጽሐፍ ይመለከቷል:: በተለይ ገጽ 74-91:: የመጠበቂያ ግንብ የመጽሐፍ ቅዱስና የትራክት ማኅበር *በሥላሴ ማመን ይገባሃልን?* በሚል ርእስ ላሳተመው መጽሐፍ ምላሽ ይሆን ዘንድ Robert M. Bownam, Jr. *Why You Should Believe In The Trinity* በሚል ርእስ በእንግሊዝኛ ቋንቋ ምላሽ ሰጥቶአል:: ይህን የRobert M. Bownam, Jr. መጽሐፍ አቶ ካሱ በላቸው *በሥላሴ ማመን አይገባህምን?* በሚል ርእስ ወደ አማርኛ ቋንቋ መልሶታል:: ድርጅቱ ትምህርተ ሥላሴን አስመልክቶ የሚያሠራጨውን የተዛባ አመለካከት በቃለ እግዚአብሔር፣ በታሪክና በሥነ አመክንዮ በማረቅ/በማስተካከል ረገድ ይህ መጽሐፍ ትልቅ ስፍራ የሚሰጠው ነው::

[98] ሰባልዮስ (Sabellius) በፊት በሦስተኛው መቶ ክፍለ ዘመን የነበረ (ከአርዮስ በፊት ማለት ነው) በተሳሳተ ትምህርቱ ምክንያት ቤተ ክርስቲያን መናፍቅ ብላ ያወገዘችው ሰው ነው::

[99] በኢትዮጵያ፣ *"የሐዋርያት ቤተ ክርስቲያን"* በመባል የሚታወቀውን ሃይማኖታዊ ድርጅት የመሠረተውና የድርጅቱ የበላይ ተጠሪ የሆነው ተክለማርያም ገዛኸኝ፣ *"ኢየሱስን ማን ይሉታል?"* በሚል ርእስ በታተመው መጽሐፉ (ገጽ 4 ላይ) እርሱም ሆነ እርሱ በበላይነት የሚያስተዳድረው ሃይማኖታዊ ድርጅት፣ የሰባልዮስን አስተምህሮ እየተከተለ እንዳለ ይፋ አድርጎአል::

[100] ተክለማርያም ገዛኸኝ፤ *ኢየሱስን ማን ይሉታል?* (1978 ዓ.ም) ገጽ 4::

ተከፋፍሎ አይጠራም ነበር"[101]:: "[ኢየሱስ] የመለኮት አካል እንዲሆን የተዘጋጀ ሰው ነው"[102]:: "ይህ ሕፃን ሆኖ የተገለጠው አብም ወልድም ነው:: ሙሉ አምላክና ሙሉ ሰውም ነው...አብ ሰው ሆነ ማለት ሳይሆን አብ በሥጋ ተገለጠ ማለት ነው"[103]::

በአጠቃላይ ይህ የሃይማኖት ድርጅት በሥላሴ ላይ ያለው አስተምህሮ የሚከተለውን ይመስላል፤

> "እግዚአብሔር አምላክ በዐይነ ሥጋ ሳይታይ መንፈስ ሆኖ ይኖር ነበር:: ኋላ ግን ቃሉን ሥጋ ማለትም ኢየሱስ በማድረግ ኢየሱስ በተባለው ሥጋ ውስጥ ዐደረ:: ኢየሱስ በተባለው ሰው ውስጥ ካደረው አምላክ የሚወጣው እስትንፋስ ደግሞ ቅዱስ መንፈስ ወይም መንፈስ ቅዱስ ይባላል:: ስለዚህ አብ ማለት፣ ኢየሱስ በተባለው ሥጋ ውስጥ ያደረው አምላክ ሲሆን፣ ወልድ ደግሞ እግዚአብሔር ያደረበት ሰው ነው:: የአብ እስትንፋስ ወይም ትንፋሽ ደግሞ መንፈስ ቅዱስ ነው"[104]::

የ"ሞርሞን" እምነት ወይም "የኢየሱስ ክርስቶስ ቤተ ክርስቲያን የመጨረሻው ዘመን ቅዱሳን" በሚል ስያሜ፣ ወርኀ ሚያዝያ 1830 ዓ.ም በአሜሪካን አገር የተጀመረውን ሃይማኖት የመሠረተው ጆሴፍ ስሚዝም ሆነ ተከታዮቹ፣ የሥላሴን አስተምህሮ እንቀበላለን ይበሉ እንጂ፣ ስለ ሥላሴ ያላቸው አስተምህሮ ከቅዱሳት መጻሕፍት ትምህርት ጋር የሚቃረን ነው:: ለምሳሌ:— "አብ፣ ወልድና መንፈስ ቅዱስ ሚች እንደሆኑት ሰብአዊ ፍጡራን፣

---

[101] ዝኒ ከማሁ ገጽ 10:: ድርጅቱ "አካል" የሚለውን ሙያዊ ቃል የሚያብራራው ቁሳ አካልን በሚያመለክት መልኩ ነው:: የክርስቶስ ቤተ ክርስቲያን ቃሉን በዚህ መልኩ እንደማትጠቀምበት ልብ ይሏል::

[102] ዝኒ ከማሁ ገጽ 19፤ በቅንፍ ያለውን አይጨምርም::

[103] ዝኒ ከማሁ ገጽ 40::

[104] ተስፋዬ ሮበሌ፤ *ዐበይት መናፍቃን፤* ኢትዮጵያ ቃለ ሕይወት ቤተ ክርስቲያን፡ ብራና ማተሚያ ድርጅት፤ 1993 ዓ.ም፤ አዲስ አበባ ኢትዮጵያ:: ገጽ 143::

የተለያዩ አካላት ናቸው"[105]። ድርጅቱ በሥላሴ አካላት መካከል ያለው አንድነት የዐላማና የስምምነት ብቻ እንደ ሆነ ይገልጻል[106]።

ልክ እንደነዚሁ ሁሉ፣ ሜሪ በከር ኤዲ በምትባል አሜሪካዊት ሴት የተመሠረተውና "ክርስቲያን ሳይንስ" በሚል ስያሜ የሚታወቀው የሃይማኖት ድርጅት፣ "ኢየሱስ ክርስቶስ አምላክ አይደለም፤ ነገር ግን እርሱ ራሱ እንዳስተማረው የእግዚአብሔር ልጅ ነው"[107]። ይህቺ ሴት ትምህርት፣ ኢየሱስ "የእግዚአብሔር ልጅ" መሆኑ ከአብ ጋር እኩል አያደርገውም የሚለውን አስተሳሰብ ታሳቢ እንዳደረገ ልብ ይሏል።

---

105 Alan W. Gomes, *Unmasking the Cults* (Grand Rapids: Michigan, 1995), 25 ከ James Talmage, *A Study of Articles of Faith* (Salt Lake City: The Church of Jesus Christ of Latter-day Saints, 1976), አንቀጽ 1 ገጽ 29-51 ጠቅሶ እንደ ጻፈው።

106 ዝኒ ከማሁ።

107 Gomes, 26 ከMary Baker Eddy, *Science and Health with Key to the Scriptures* (Boston Trustees Under the Will Mary Baker G. Eddy, 1934), 361 ጠቅሶ እንደ ጻፈው።

ክፍል

፲

አባሪዎች

አባሪ 1
ትምህርተ ሥላሴና ሥነ አፈታት

የትምህርተ ሥላሴን መጽሐፍ ቅዱሳዊ መሠረት ለመመርመር፣ ትክክለኛ የሆነውን የቅዱሳት መጻሕፍት የአፈታት ዘዴ[108] በትክክል ማወቅ እንዲሁም ይህን ዘዴ በትክክል ተግባራዊ ማድረግ የግድ ይላል፡፡ ከዚህ በመቀጠል የምናያቸው መርሖች በሚገባ ልናውቃቸውና ቃለ እግዚአብሔርን በምናጠናበት ጊዜ ሁሉ ልንጠቀምባቸው የሚገቡ ናቸው፡፡

እነዚህን መርሖች ማወቅ መጽሐፍ ቅዱስን በተሳሳተ መንገድ እንዳንተረጉም፣ ራሳችንን ከመናፍቃን እንቅስቃሴ እንድንጠብቅ እንዲሁም በተሳሳተ እምነት ውስጥ ያሉትን ሰዎች ወደ ትክክለኛው መሠረተ እምነት እንድናመጣቸው ታላቅ ዕገዛ አለው፤ በተለይ ደግሞ ትምህርተ ሥላሴን በተመለከተ፡፡ እነዚህ መርሖች ዘመናዊው ሥልጣኔ የወለዳቸው ወይም ዘመን አመጣሽ አይደሉም፡፡ ዘመንኛው ዓለም እነዚህን መርሖች በተፍታታና ለአእምሮ ግቡዕ በሆነ መንገድ መተንትናቸው እንጂ፣ መርሖቹ መጽሐፍ ቅዱስ በነበረበት ዘመን ሁሉ የነበሩ፣ የጥንት የቤተ ክርስቲያን አበው በጽሑፎቻቸውም ሆነ በትምህርታቸው ወቅት የተጠቀሙባቸው መሆናቸውን ልብ ይሏል፡፡ ለምሳሌ ሔሬኔዎስ (Irenaeus) ኖስቲክ ትምህርት መምህራንንና ሌሎች የስሕተት ትምህርቶችን በተመለከተ "ኑፋቄን መከላከል" በሚል ርእስ በጻፈው መጽሐፍ እነዚህን መርሖች ተጠቅሞባቸዋል፡፡

---

108 የቅዱሳት መጻሕፍት የአፈታት ዘዴ/ጥበብ (Hermeneutics)፣ የቅዱሳት መጻሕፍት ጸሐፍያን ለቀዳማይ ተደራስያኑ ያስተላለፉት መልእክት ምን ነበረ እንዲሁም ተደራስያኑ መልእክቱን የተረዱት እንዴት ነበረ የሚለውን ጉዳይ በመመርመር፣ የመልእክቱን ትክክለኛ ትምህርት ነቅሰን የምናወጣበት የጥናት ዘዴ ነው፡፡ በቅዱሳት መጻሕፍት የአፈታት ጥበብ ላይ ተጨማሪ ማብራሪያ የሚፈልጉ ከሆነ የሚከተለውን መጽሐፍ ይመለከቷል፡፡ Gordon D. Fee & Douglas Stuart, *How to Read the Bible For All Its Worth: A Guide to Understanding the Bible* (Grand Rapids: Zondervan Publishing House, 1993)፡፡

1. የአገባብ መርሐ

አንድን የተወሰነ ቃል ወይም ሐረግ መፍታት የሚኖርብን፣ መልእክቱ በተጻፈበት ወቅት በሚሰጠው ትርጕም በተለይ ደግሞ በዚያ ማኅበረሰብ ውስጥ ቃሉ ምን ትርጕም በመወከል ያገለግል ነበር በሚለው መሠረታዊ ነጥብ ነው።

2. የዐውድ መርሐ

ቃላትን ከሚገኙበት ዐውድ አላቅቄ/ገንጥሎ መተርጐም ስሕተት ነው። ዐውድ የቃልን ትርጕም ይወስናልና። መጽሐፍ ቅዱስ የተለያየ ሥነ ጽሑፋዊ ቅርጽ ያላቸው መጻሕፍት መድበል መሆኑ ብቻ ሳይሆን፣ እነዚህ መጻሕፍት እንደማንኛውም የታሪክ ወይም የልብ ወለድ መጻሕፍት ዐውዳቸውን ጠብቀው የተሰተሩ/የተደረደሩ ጽሑፎች መሆናቸውን መዘንጋት የለብንም።

3. የታሪካዊ ዳራ መርሐ

አንድን ቃል ወይም ሐረግ ከታሪካዊ ግኝት/እውነታ አፋቶ መተርጐም ስሕተት ነው። ቅዱሳት መጻሕፍትን መተርጐም የሚኖርብን፣ የታሪክ ጥናት በማያሻማ መልኩ ግልጥ ያደረገልንንና መልእክቱ በተጻፈበት ጊዜ የነበረውን እውነታ ታሳቢ ባደረገ መንገድ ነው።

4. የነባር አገባብ መርሐ

ቃላትን መተርጐም ያለብን ከዚህ በፊት ይሠራበት ከነበረውና ተቀባይነት ካገኘው ትርጕም አንጻር እንጂ፣ ስውር የሆነን ትርጕም/ፍቺ በማፈላለግ መሆን የለበትም። በተለይ የሚከተሉት ሁለት መርሖች ለጥናታችን ትልቅ ዕገዛ ስላላቸው በመጠኑም ቢሆን ዘርዘር አድርገን እንመለከታቸዋለን።

5. ጠንካራ ምንባባትን ከግልጥ ምንባባት አንጻር የመተርጐም መርሐ

ስውር ከመሆናቸው የተነሣ ለመፍታት አስቸጋሪ የሆኑትን የመጽሐፍ ቅዱስ ምንባባት፣ ግልጽና ለፍቺ ቀና የሆኑት የመጽሐፍ ቅዱስ ክፍሎች በሚያስተምሩት ትምህርት አንጻር መመልከት/ማብራራት አስፈላጊ ነው። ግልጽና ለመፍታት ቀና ናቸው የምንላቸው እነዚህ የመጽሐፍ ቅዱስ ክፍሎች፣ ያላቸው አስተምህሮ መሠረታዊ እንዲሁም የማያሻማ ትምህርት ያላቸው ሲሆኑ፣ ከምንነጋገርበት ርእሰ ጕዳይ ጋር በቀጥታም ባይሆን ተዘዋዋሪ በሆነ መልኩ ተዛማጅነት ያላቸው ናቸው። ለምሳሌ በርካታ

የመጽሐፍ ቅዱስ ክፍሎች እግዚአብሔር ሁሉን ዐዋቂ አምላክ እንደ ሆነ በማያሻማ መንገድ ያስተምራሉ፤ ይኸውም እግዚአብሔር የሰዎችን አስተሳሰብ፣ መጪውን ዘመን እንዲሁም ማናቸውንም ነገሮች ከመሆናቸው በፊት አስቀድሞ ያውቃል (1ሳሙ. 16÷7፤ 1ዜና. 28÷9: 17፤ ኢዮ. 37÷16፤ መዝ. 139÷1-4፤ ኢሳ. 41÷22-23፤ 42÷9፤ 44÷7፤ ኤር. 17÷10)። ከእነዚህ የመጽሐፍ ቅዱስ ክፍሎች፣ እግዚአብሔር የማያውቃቸው ነገሮች አሉ (ለምሳሌ:- ዘፍ. 3÷9-13፤ 4÷9፤ 18÷9: 20-21) የሚሉ ከሚመስሉ ክፍሎች ላይ በበላይነት መታየት አለባቸው።

6. የሥነ አመክንዮ (Logic) መርሖ

አንዳንድ የመጽሐፍ ቅዱስን ክፍሎች የምናብራራው የሥነ አመክንዮ ሕግጋትን በመከተል ነው። ቅዱሳት መጻሕፍትን በምንተረጒምበት ውቅት፣ በርካታ የሥነ አምክንዮ መርሖችን መጠቀም የሚኖርብን ሲሆን፣ በተለይ የሚከተሉት ሁለት ነጥቦች መሠረታዊ ናቸው:- ሀ) የተወሰኑ ቃላት ወይም ሐረጐች መተርጐም የሚኖርባቸው፣ ከአብዛኞቹ እውነታዎች ጋር መጣጣም በሚችሉበት መንገድ ብቻ ነው፤ ቃለ እግዚአብሔር እርስ በርሱ አይጣረስምና/አይጋጭምና። ለ) አንድን ሙግት ወይም አስተምህሮ ማዋቀር ያለብን፣ በፊት ከሚታወቀውና እውነትነቱ ከተረጋገጠው ወይም ደግሞ ምክንያታዊ የሆነ እንድምታ ካለው እውነት በመነሣት ነው።

ከላይ የተመለከትነውን ማስረጃ በዚህም ቦታ ላይ በመጠቀም ነገሩን ግልጽ ለማድረግ እንሞክር፤ እግዚአብሔር አንድ ነገር ከመከሠቱ በፊት አስቀድሞ ስለዚያ ነገር ጠንቅቆ የሚያውቅ ከሆነ፣ አዳምና ሔዋን በኀጢአት እንደሚወድቁ ያውቃል ማለት ነው። እግዚአብሔር ጕዳዩን አስቀድሞ የሚያውቅ ከሆነ፣ "ሰዎች በኀጢአታቸው ምክንያት ሊጠየቁ ይገባል?" የሚል ጥያቄ ሊያስነሣ ይችላል። "ሁሉን ቻይ የሆነው አምላክ ሁሉን በማወቅ ችሎታው ተጠቅሞ ችግር ውስጥ እንዳይገቡ ለምን አላደረጋቸውም" የሚል ጥያቄ ሊያመጣ ይችላል። እግዚአብሔር በኀጢአት እንደሚወድቁ አስቀድሞ ያውቃል፤ ነገር ግን በኀጢአት እንዳይወድቁ ለምን አላደረገም የሚለው ጥያቄ እግዚአብሔር ሁሉን ያውቃል ከሚለው እውነት ጋር በሥነ አመክንዮ ሕግ የሚጋጭ አይደለም። ልክ እንደዚሁ ሁሉ፣ ትምህርተ ሥላሴ ከእግዚአብሔር ባሕርያት አንጻር መታየት ይኖርበታል።

ሥነ አፈታትን አስመልክቶ ተዘውትረው የሚታዩ ችግሮች

ከዚህ በታች በአጭሩ ለመመልከት የምንሞክረው፣ መጽሐፍ ቅዱስን በተሳሳተ መንገድ እንዳንተረጉም/እንዳንረዳ ሊጠቅሙን የሚችሉትን ነጥቦች ነው። እነዚህ ነጥቦች ቃለ እግዚአብሔርን በግልዎ ሲያጠኑም ሆነ፣ በአንድ ርእሰ ጉዳይ ላይ ከሌላ ሰው ጋር ሲወያዩ የሚከተሉትን ጥያቄዎች መጠየቅዎ እንዲሁም መመሪያዎቹን መከተልዎ መጽሐፍ ቅዱስን በተሳሳተ መንገድ እንዳይረዱ፣ የተረዱ ሰዎችንም እንዲያስተካክሉ ይጠቅሞታል።

1. የተሳሳተ ድምዳሜ ላይ እንዳይደርሱ የሚከተሉትን ጥያቄዎች ይጠይቁ

ሀ. በርግጥ መጽሐፍ ቅዱስ እንደዚያ ብሏልን?

አስረጅ:— መጽሐፍ ቅዱስ ሴቶች ከወንዶች ያንሳሉ አይልም። 1ጢሞቴዎስ 6፥10 ገንዘብ የኀጢአት ሥር ነው አይልም። የኀጢአት ሥር የሆነው ገንዘብን "መውደድ" ነው። ወንጌላት ኢየሱስ ክርስቶስ በግድግዳው "ውስጥ" ወይም በተዘጋ ቤት "ውስጥ" ዐለፎ ገባ አይሉንም (ለምሳሌ:— ዮሐንስ 20፥19:26)።

ለ. ክፍሉ በትክክል ተተርጉሞአልን?

አስረጅ:— ምናልባት ሉቃስ 2፥1-2 መተርጎም የነበረበት፣ "ይህም ቄሬኔዎስ በሶርያ ገዥ በነበረበት ጊዜ የተደረገ የመጀመሪያው የሕዝብ ቈጠራ ነበር" [አዲሱ መደመኛ ትርጒም የጥናት ጽሑፍ በዚህ ጉዳይ ላይ የሰጠውን ማብራሪያ እንዲሁም የተለያዩ የሉቃስ ወንጌል አንድምታዎች ክፍሉን በተመለከተ የሰጡትን አስተያየት ይመለከቷል]። ዮሐንስ 1፥1 "...ቃልም ትንሽ አምላክ ነበር (a god)" ተብሎ መተርጎም በፍጹም የለበትም[109]። መጽሐፍ ቅዱስን ስንተረጉም ታማኝ መሆን የሚጠበቅብን ለቃሉ እንጂ፣ ለአስተምህሮአችን አይደለም።

ሐ. ምናልባት ክፍሉ በጥንት ዘመን ሲባዛ በተሳሳተ መንገድ ተገልብጦ (miscopied) ይሆንን?

አስረጅ:— 2ሳሙኤል 10፥18፤ 1ዜና 19፥18 ላይ በ700 እና በ7,000 መካከል ያለው ልዩነት፣ በጥንት ጊዜ ክፍሉ ሲገለበጥ የተፈጠረ ስሕተት ሊሆን

---

109 የአዲስ ዓለሚቱ ትርጉም (New World Translation) በመባል የሚጠራው የይሖዋ ምስክሮች የመጽሐፍ ቅዱስ "ትርጉም" ክፍሉን በዚህ መልክ ነው የተረጎመው።

ይችላል፡፡ ይህ ዐይነቱ የግልበጣ ችግር በወል የሚስተዋለው በእንዲህ ዐይነቱ ሁኔታ ውስጥ ነው፡፡

መ. ይህ ክፍል የእናት ቋንቋው/የበኵረ ጽሑፉ ክፍል ነውን?

አስረጅ:— በማርቆስ 16÷12 ላይ ኢየሱስ፣ "በሌላ መልክ ተገለጠ" የሚለው ክፍል፣ ኢየሱስ ክርስቶስ በትንሣኤ አካሉ ብቻ እንደ ተገለጠ ከሚገልጹት የሐዲስ ኪዳን ክፍሎች ጋር የሚቃረን ነው፡፡ አብዛኞቹ ሊቃውንት እንደሚስማሙበት [በዚህ ክፍል ዐረፍተ ነገር አሰካክ፣ የቃላት አመራረጥ፣ ከነገረ መለኮት ይዘት ከተቀሩት ክፍሎች ጋር ያለመጣጣማቸው እንዲሁም ጥንታዊና ተአማኒነት ባላቸው የጥንት ቅጆች ውስጥ ይህ ክፍል አለመገኘቱ] የማርቆስ 16÷9-20 ያለው ክፍል፣ የማርቆስ ወንጌል አይደለም፡፡ በዚህ ጕዳይ ላይ ተጨማሪ ማብራሪያ ከፈለጉ፣ የአዲሱ መደበኛ ትርጕም እንዲሁም የ1980 ትርጕም የጥናት ጽሑፍ/የግርጌ ማስታወሻ (ማርቆስ 16÷9-20) ላይ ይመልከቱ፡፡ ልክ እንደዚሁ ሁሉ ክርስቲያኖችም አጠራጣሪ በሆኑ ክፍሎች ላይ አስተምህሮአቸውን *መመሥረት* የለባቸውም፤ ለምሳሌ ትምህርተ *ሥላሴን* 1ዮሐንስ 5÷7 ባሉ ክፍሎች ላይ *መሠረት* ማድረግ ስሕተት ነው፡፡

ሠ. ክፍሉን በትክክል ተረድተነዋልን?

አስረጅ:— በማቴዎስ 12÷40 ኢየሱስ ክርስቶስ በመቃብር ውስጥ ለ72 ሰዓት እንደ ቆየ የሚናገር ይመስላል፡፡ በአንጻሩ ደግሞ ወንጌላትም ሆኑ የቤተ ክርስቲያን ታሪክ ኢየሱስ ክርስቶስ ዐርብ ሞቶ እሁድ ጧት ከሙታን እንደ ተነሣ ይነግሩናል (ማቴዎስ 27÷62-63፤ 16÷21፤ 17÷23፤ 20÷19፤ 28:1፤ ማርቆስ 15÷42፤ 16÷1፤ 8÷31፤ 9÷31፤ 10÷34፤ 14÷58፤ 15÷29፤ ሉቃስ 9÷22፤ 18÷33፤ 24÷7:46፤ 13÷32፤ 24÷21፤ ዮሐንስ 2÷19-20)፡፡ "ሦስት ቀንና ሦስት ሌሊት" የሚለው፣ የሦስት ቀንን ክፍሎች ለማሳየት ጥቅም ላይ የሚውል የዕብራውያን ፈሊጣዊ አነጋገር እንጂ፣ ቃል በቃል 72 ሰዓት ማለት አይደለም አስቴር 4÷16፤ 5÷1፡፡ ይህን በትክክል ያልተረዳ ሰው መጽሐፍ ቅዱስ እርስ በርሱ እንደሚቃረን ሊያስብ ይችላል፡፡

ረ. ከመጽሐፍ ቅዱስ ውጪ ያሉ መረጃዎች በትክክል ተብራርተዋልን?

አስረጅ:— አንዳንድ ሊቃውንት የግብፃውያን የቀን አቈጣጠር ትክክል ነው የሚለውን ጕዳይ ታሳቢ አድርገው የፀአቱ (እስራኤላውያን ከምድረ ግብፅ የወጡበት) ታሪክ፣ መጽሐፍ ቅዱስ ታሪኩ ተከሥቶአል በሚልበት ጊዜ የተካሄደ አይደለም ባዮች ናቸው፡፡ የሚያስደንቀው ጕዳይ ግን ከቅርብ ጊዜ ወዲህ ተቀባይነት ያገኙ ንድፍ ሐሳቦች፣ የፀአቱ ታሪክ የተካሄደው ቀድሞ ከሚገመተው ከ600 ዓመት ቀደም ብሎ እንደ ሆነ ይገልጻሉ፡፡ ይህ ደግሞ

የግብፃውያኑ የቀን አቈጣጠርና በመጽሐፍ ቅዱስ ተዘግቦ የሚገኘው ታሪክ አንድ ሆኖ መገኘቱ ነው።

ሰ. የእግዚአብሔር ኀይልና ጥበብ ከሰዎች የአስተሳሰብ አድማስ በላይ የመሆኑ ጕዳይ ግምት ውስጥ ገብቶአልን?

አስረጅ፡— መጽሐፍ ቅዱስ እግዚአብሔር በፍጥረቱ ላይ የበላይ ገዥ መሆኑን፣ በአንጻሩ ደግሞ ሰዎች በሚሠሯቸው ሠናይም ሆነ እኩይ ሥራዎች ተጠያቂዎች መሆናቸውን ይገልጻል። እነዚህ ነገሮች እርስ በርሳቸው የሚቃረኑ ይመስላሉ፤ ነገር ግን ይህን ጕዳይ መረዳት የምንችለው፣ የእግዚአብሔርን ምጡቅነት ግንዛቤ ውስጥ ስናስገባ ብቻ ነው። መጽሐፍ ቅዱስ አንድ እግዚአብሔር አለ ብሎን፣ እንደ አብ ሁሉ ኢየሱስ ክርስቶስም እግዚአብሔር ነው የሚለው ጕዳይ ሊጨበጥልን የሚችለው የእግዚአብሔርን ምጡቅነት ታሳቢ ስናደርግ ነው።

2. ተዘውትረው የሚታዩ የአፈታት ስሕተቶች

ሀ. እውነታን፣ ከትእዛዝ ወይም ከፍላጎት ወይም ደግሞ ከተስፋ ጋር ማቀያየጥ።

አስረጅ፡- የይሖዋ ምስክሮችም ሆኑ ሞርሞኖች ዮሐንስ 17÷21-23 በመጥቀስ እውነተኛዪቱ ቤተ ክርስቲያን ኅብረቷ ጠንካራ ሊሆን ይገባል ይላሉ። ነገር ግን ኢየሱስ አማኞች ኅብረት ይኖራቸው ዘንድ ጸለየ እንጂ፣ ኅብረታቸው ተከናውኖአል/ተፈጽሞአል አላለም። ወይም ጠንካራ ኅብረት የሌላቸው ክርስቲያኖች ድነት የላቸውም አላለም።

ለ. ታሪካዊ ክሥተቶችን ከእውነታው አላቄ መተርጐም።

አስረጅ፡— የይሖዋ ምስክሮች በሐዋርያት ሥራ 15 ላይ ያለውን የኢየሩሳሌሙን ጉባኤ በመጥቀስ ድርጅታቸውን ከሚመሩት የአመራር አካላት ጋር ያመሳስሉታል፤ ነገር ግን የኢየሩሳሌሙ ጉባኤ የተካሄደው በሐዋርያቱ ነው፤ ሐዋርያቱ ዛሬ እስከ ሌሉ ደረስ አንዳችም ጉባኤ በኢየሩሳሌሙ ጉባኤ ሊመሰል አይችልም[110] (የይሖዋ ምስክሮችም በመካከላቸው ሐዋርያ እንደ ሌለ ይቀበላሉ)።

---

[110] አንዳንድ የወንጌላውያን አብያተ ክርስቲያናት፣ ዛሬም ሐዋርያት አሉ የሚል አስተምህሮ አላቸው። እንዲያውም ሰዎችን "ሐዋርያ" በማለት ይጠራሉ። የዚህ መጽሐፍ ጸሓፊ፣ "ሕይወት" መጽሔት ቍጥር 45፣ 46 እና 47 1993 ዓ.ም ላይ "በውኑ ሐዋርያት አሉን?" በሚል ርእስ በተከታታይ ባቀረበው ጽሑፍ፣ ዛሬ በእነዚህ ቤተ ክርስቲያናት በስፋት የሚታየው "የሐዋርያት" አስተምህሮ መጽሐፍ ቅዱሳዊ አለመሆኑ ብቻ ሳይሆን፣ በወንጌላውያን አብያተ ክርስቲያናት አስተምህሮ ውስጥ ፍጹም ባይተዋር ነው ሲል ሞግቶአል።

ሐ. በአዲስ ኪዳን ውስጥ የተጠቀሱ የብሉይ ኪዳን ክፍሎች ቃል በቃል እንደ ተጠቀሱ አድርጎ ማሰብ።

አስረጅ፦ አንዳንድ ሰዎች ዕብራውያን 2÷7 እንዲሁም መዝሙር 8÷5 በመጥቀስ መላእክት አማልክት ተብለዋል ይላሉ።

መ. ክፍሉ የሚገኝበትን ሥነ ጽሑፋዊ ይዘት በግምት ውስጥ አለማስገባት።

አስረጅ፦ የይሖዋ ምስክሮች ምሳሌ 8÷22 ጥበብን በሰውኛ ዘይቤ በሚገልጽበት ዐውድ ውስጥ የሚገኝ ነው። ይህን ክፍል በቀጥታ በመተርጐም ይህ ጥቅስ የሚናገረው ኢየሱስ ክርስቶስ በአብ ስለ መፈጠሩ ነው ይላሉ፤ ይህ የክፍሉን ሥነ ጽሑፋዊ ቅርጽ ማዕከል ያደረገ አፈታት አይደለም።

ሠ. በቅዱሳት መጻሕፍት ውስጥ የማይገኘውን ጉዳይ ወይም ክፍልፍሎሽ በቃሉ ውስጥ ጨምሮ ማንበብ።

አስረጅ፦ "የሐዋርያት ቤተ ክርስቲያን" አማኞች በተጸውዖ ስምና በማዕረግ ስም መካከል ልዩነት አለ ይላሉ፤ ነገር ግን በመጽሐፍ ቅዱስ ውስጥ እንዲህ ዐይነቱ ክፍልፍል የለም። መጽሐፍ ቅዱስ የማዕረግ ስምንም ሆነ የተጸውዖ ስምን፣ ስም ማለቱ ብቻ ሳይሆን በሁለቱ መካከል አንዳችም ልዩነት አላኖረም። የሚከተሉትን ክፍሎች ይመለከቷል፦ ዘፀአት 34÷14፤ ኢሳይያስ 7÷14፤ 9÷6፤ ማቴዎስ 1÷23፤ ራእይ 19÷13።

ረ. የግርጌ ማጣቀሻ አንድን ክፍል ከሌላው ክፍል ጋር በማጣቀሻነት ጠቅሷል ማለት ክፍሎቹ ተደጋጋፊ ናቸው ማለት ላይሆን ይችላል። እንኳን የግርጌ ማጣቀሻዎች፣ መጽሐፍ ቅዱስ በምዕራፍና በቍጥር የተከፋፈለው በቅርብ ጊዜ ነው። ይኸውም ለጥናት እንዲያመች በሚል።

አስረጅ፦ "የሐዋርያት ቤተ ክርስቲያን" ማቴዎስ 28÷19 እና የሐዋርያት ሥራ 2÷38 እርስ በርስ በማጣቀስ ኢየሱስ ክርስቶስ አብ፣ ወልድና መንፈስ ቅዱስ ነው ማለት ስሕተት ነው።

3. ክፍሉን በረጋ መንፈስ በመመርመር ሊከሠቱ የሚችሉትን ስሕተቶች ያርሙ

ሀ. ክፍሉንና ክፍሉ የሚገኝበትን ዐውድ ወይም ዐረፍተ ነገር በሙሉ ያንብቡ ወይም ሌላ ሰው እንዲያነብልዎ ያድርጉ።

አስረጅ፦ የይሖዋ ምስክሮች አብዛኛውን ጊዜ የ1ቆሮንቶስ 15÷50 የመጀመሪያ ክፍል ብቻ ይጠቅሳሉ፤ ነገር ግን ለትምህርታቸው ማስደገፊያ ይሆናል በሚል ለሚጠቅሱት የመጀመሪያው ክፍል፣ የክፍሉ ሁለተኛው ክፍል ሙሉ ለሙሉ ያፈርሰዋል።

ለ. የሚጠቀሙበት የመጽሐፍ ቅዱስ ትርጉም ከሌላው የመጽሐፍ ቅዱስ ትርጉም ጋር መሠረታዊ ልዩነት አለው ወይስ የለውም የሚለውን ጉዳይ ለማጣራት አንድን ክፍል በተለያዩ የመጽሐፍ ቅዱስ ትርጉሞች ይመልከቱ።

አስረጅ፡— የይሖዋ ምስክሮች ኢየሱስ ፍጡር ነው ለማለት ራእይ 3÷14 ከ1954 ትርጉም ይጠቅሳሉ፤ ነገር ግን ክፍሉ በ1980 እንዲሁም በአዲሱ መደበኛ ትርጉም ከ1954 ትርጉም የተለየ ሀሳብ እንዳለው እናያለን። የ1954 ትርጉምም ቢሆን እነሱ የሚሉትን ዐይነት ትምህርት እንደሌለው ልብ ይሏል።

ሐ. ከክፍሉ በፊትና በኋላ ያሉትን ክፍሎች በደንብ ይመልከቱ (የሚያነቡት የምዕራፉን የመጀመሪያ ቊጥር ቢሆን እንኳ)። ይህን ማድረጎ ችግሩን ሊፈታው ወይም ደግሞ ክፍሉን በተሳሳተ መንገድ እንዴት ተተረጐመ የሚለውን ጉዳይ እንዲያውቁ ያደርጎታል። ይህ መሠረታዊ ጉዳይ ስለሆነ ቢያንስ ሦስት አስረጆችን እናቅርብ፤

(1) የይሖዋ ምስክሮች ሉቃስ 12÷32 ሲጠቅሱልዎ ቊጥር 31 ያንብቡላቸው።

(2) የይሖዋ ምስክሮች ዮሐንስ 2÷19 የሚያመለክተው ቤተ ክርስቲያንን ነው ባዮች ናቸው ቊጥር 22 ያንብቡላቸው።

(3) የይሖዋ ምስክሮች 1ዮሐንስ 4÷1 ላይ ያለውን ክፍል በተሳሳተ መንገድ መተርጐማቸውን 3÷24 ገሐድ ያወጣዋል።

ሠ. ክፍሉን ወይም ርእሰ ጉዳዩን በዚህ መልኩ ለምን እንዳብራሩት ወይም ሊረዱ እንደ ቻሉ ይጠይቋቸው። ይህን ጥያቄዎን ለማብራራት የሚሄዱበት መንገድ ወይም ሙግት የተሳሳተ እንደ ሆነ ሊረዱ ይችላሉ።

ረ. በውይይቱ ጣልቃ ደግመው ደጋግመው "አይደለም እንዴ?" ወዘተ በማለት የሚጠይቅዎትን ጥያቄ አይመልሱ። ብዙውን ጊዜ መናፍቃን እንዲህ የሚያደርጉት እርስዎን ለማሳሳት ብለው ነው። እነርሱ በክፍሉ ወይም በርእሰ ነገሩ ላይ ማብራሪያቸውን ከጨረሱ በኋላ፣ እርስዎ የራስዎን ማብራሪያ ይስጡ። የክፍሉን ትምህርት በትክክል ያልተረዱት ከሆነ ወይም የእርስዎ መሠረተ እምነት በርእሰ ጉዳዩ ላይ ምን እንደሚል በሚገባ የማያውቁ ከሆነ፣ በግልጽነት ክፍሉን ወይም ርእሰ ጉዳዩን በሚገባ እንደማያውቁት ነገር ግን በሌላ ጊዜ አጥንተው በመምጣት ማስረዳት እንደሚችሉ ይግለጹ።

አባሪ 2

ትምህርተ ሥላሴን ለማብራራት የምንጠቀምባቸው ምሳሌዎች ትክክል ናቸውን?

ትምህርተ ሥላሴን ለማብራራት ይቅርና ለመረዳትም አስቸጋሪ የሚያደርገው እግዚአብሔር ከሰዎች መረዳት እጅግ ስለሚልቅ ነው፤ "የእግዚአብሔር ባለ ጠግነትና ጥበብ ዕውቀቱም እንዴት ጥልቅ ነው፤ ፍርዱ እንዴት የማይመረመር ነው፤ ለመንገዱም ፍለጋ የለውም:: የጌታን ልብ ያወቀው ማን ነው? ወይስ አማካሪው ማን ነበር?" (ሮሜ 11÷33-34):: ይህ ማለት ግን ቃለ እግዚአብሔር አስተምህሮውን የገለጠልንን ያህል አናውቅም ማለት አይደለም:: እግዚአብሔር ራሱን የገለጠልንም እናውቀው ዘንድ ነው:: ይህ መጽሐፍም የተጻፈበት ዐቢይ ዐላማ ትምህርተ ሥላሴን ለማሳወቅ ነው::

በተለምዶ ትምህርተ ሥላሴን ለማብራራት ብዙ ሰዎች የሚጠቀሙባቸው ምሳሌዎች ከጥቅማቸው ይልቅ ጉዳታቸው የሚያመዝን ይመስላል:: አንዳንድ ሰዎች አስተምህሮውን ለማብራራት በዕንቁላል ምሳሌ ይጠቀማሉ:: ዕንቁላል ሦስት ክፍሎች አሉት እነርሱም ከላይ ያለው ቅርፊት፣ ከውስጥ ያለው ነጭ ፈሳሽና በዕንቁላሉ ማዕከል የሚገኘው አስኳል ናቸው:: እንደዚሁ ሁሉ እግዚአብሔር አንድ ሲሆን ሦስት አካላት አሉት ይላሉ:: ይህ ገለጻ ትምህርተ ሥላሴን በትክክል አይወክልም:: ምክንያቱም ሦስቱም የአንድ ዕንቁላል ክፍሎች እንጂ፣ በራሳቸው ዕንቁላል አይደሉም:: የሦስቱ ጥምረት ዕንቁላልን ዕንቁላል ያሰኘዋልና:: ይህ ግን ሥላሴን በተመለከተ ትክክል አይደለም:: የሥላሴ አካላት በራሳቸው ፍጹም አምላክ ናቸውና::

ሌላው የውሃ ምሳሌ ነው። የውሃ ምሳሌ ከላይ ከተመለከትነው የዕንቁላል ምሳሌ የተሻለ ቢሆንም፣ ትምህርተ ሥላሴን ለማብራራት ዐቅም ያንሰዋል። ውሃ ፈሳሽ ሲሆን፣ ስናፈላው ይተናል ስናቀዘቅዘው ደግሞ በረዶ ይሆናል። ነገር ግን ሦስቱም የውሃ ክፍሎች ናቸው የሚል ነው። ነገር ግን እነዚህን ነገሮች የለዋወጣቸው የሁኔታው/የአየሩ ጠባይ መቀያየር ነው። በረዶውን በተወሰነ መጠን ብናሞቀው ውሃ እንዲሁም ብናፈላው ወደ ትነት ይቀየራል። ይህ ማለት አንዱ ውሃ በሁኔታዎች መቀያየር ራሱን እንደ ቀያየረ እንመለከታልን። ይህ ገለጻ ሰባልዮሳውያን ስለ ሥላሴ ያላቸውን ግንዛቤ የሚያሳይ እንጂ፣ ርቱዕ/ትክክልኛ የሆነው ክርስቲያናዊ አስተምህሮ ሥላሴን የሚያብራራበት መንገድ አይደለም። በመናፍቁ በሰባልዮስ አስተምህሮ መሠረት፣ የብሉይ ኪዳኑ አብ በሐዲስ ኪዳን ወልድ በበዓለ ኀምሳ ቀን ደግሞ መንፈስ ቅዱስ ሆኖ ወረደ ብሎ ስለሚያስተምር ይህ ምሳሌ የሰባልዮስን የኑፋቄ ትምህርት የሚያሳይ ነው። በዛሬ ጊዜ ከዚህ አስተምህሮ ጋር ተቀራራቢ ትምህርት ያለው፣ “የሐዋርያት ቤተ ክርስቲያን” በሚል ስያሜ የሚጠራው ሃይማኖታዊ ድርጅት ነው።

አንዳንድ ሰዎች ደግሞ የፀሓይን ምሳሌ ይጠቀማሉ። ፀሓይ ከራሷ ውጪ ነጸብራቅና ሙቀት አላት፤ ይሁን እንጂ ፀሓይ አንድ ነች የሚል ነው። ይህ ስሕተት ከእንቁላሉም ሆነ ከውሃው የተሻለ ምሳሌ ሳይሆን በእነዚህ ምሳሌዎች ላይ የሚታየው ችግር ሁሉ ያሉበት ምሳሌ ነው።

አንዳንድ ሰዎች ደግሞ፣ “እኔ ለሚስቴ ባል ለልጆቼ አባት ለቤተሰቦቼ ደግሞ ልጅ ነኝ፤ እኔ አንድ ብሆንም ለተለያዩ ሰዎች ጋር ያለኝ መስተጋብር የተለያየ ማንነት እንዲሰጠኝ አድርጓል ይህ ግን እኔነቴን አይቀይርም” ይላሉ። ይህ ከላይ ካየናቸው ምሳሌዎች ያለባቸው ችግሮች ሁሉ ያለበት ሰንካላ ምሳሌ ነው። ምናልባትም ይህን ምሳሌ ጨምሮ ከላይ ያየናቸው ምሳሌዎች ሁሉ፣ ከሥላሴ ትምህርት ይልቅ ለሰባልዮሳውያን ማለትም ለሐዋርያት ቤተ ክርስቲያን የሥላሴ አስተምህሮ የቀረበ ገለጻ ነው። ክርስቲያኖች ትምህርተ ሥላሴን ለማብራራት እነዚህንም ሆነ ሌሎች ምሳሌዎችን ከመጠቀም ፍጹም ሊታቀቡ ይገባል።

አባሪ 3
“ሥላሴ” የሚለው ቃል ምን ትርጒም ይወክላል?

ሥላሴ የሚለው ቃል አብ፣ ወልድና መንፈስ ቅዱስ በጥምረት የሚጠሩበት ሙያዊ ስም ነው:: የሥላሴ አስተምህሮ የተቀዳው ከመጽሐፍ ቅዱስ ቢሆንም፣ አስተምህሮው ሙያዊ ቃላት ተበጅተውለት ደርዝ ባለው መልክ የተተነተነው፣ ከብዙ ዓመት በኋላ ነው:: “ትሪያስ” የሚለውን የግሪክ ቃል 168-183 ዓ.ም ባሉት ጊዜያት ለመጀመሪያ ጊዜ የተጠቀመው ቴዎፍሎስ (Theophilus) የተባለው የቤተ ክርስቲያን አባት ሲሆን፣ 220 ዓ.ም ላይ “ትሪኒታስ” የሚለውን የላቲን ቃል ለመጀመሪያ ጊዜ የተጠቀመው ደግሞ ጠርጠ ‑ሊያን (Tertullian) ነው:: ሥላሴ ለሚለው ቃል የእንግሊዝኛው አቻ ቃል “Trinity” የሚለው ሲሆን፣ ቃሉ “tri” ወይም “ሦስት” እና “unity” ወይም “ኅብረት/አንድነት” ከሚሉት ሁለት የላቲን ቃላት የመጣና አንድ ቃል ሆኖ በተገናኝ የሚነበብ (“tri” + “unity”) ነው::

እንዳንድ ሰዎች “ሥላሴ” የሚለው ቃል መጽሐፍ ቅዱስ ውስጥ ስለማይገኝ፣ የ“ሥላሴ” አስተምህሮ መጽሐፍ ቅዱሳዊ አይደለም ይላሉ:: ይህ ስሕተት ነው:: “ሥላሴ” የሚለው ሙያዊ ቃል በመጽሐፍ ቅዱስ ውስጥ አለመገኘቱ ሁላችንንም ሙሉ ለሙሉ የሚያስማማ ጒዳይ ነው:: መጽሐፍ ቅዱስ ስለ አብ፣ ስለ ወልድና ስለ መንፈስ ቅዱስ ሰፊ ትምህርት እስካለው ድረስ፣ “ሥላሴ የሚለው ቃል መጽሐፍ ቅዱስ ውስጥ ስለሌለ መጽሐፍ ቅዱስ ስለ

አብ፣ ስለ ወልድና ስለ መንፈስ ቅዱስ ትምህርት የለውም" ማለት ስሕተት ነው። ይህን መሰሉን የሙግት ነጥብ በመያዝ፣ "ግብረ ሰዶም"፣ "ውርጃ"፣ "ጫት መቃም"፣ "የወሲብ ሥዕሎችን መመልከት"፣ "አደንዛዥ ዕፆችን መጠቀም" ወዘተ የሚሉት ቃላት በመጽሐፍ ቅዱስ ውስጥ ስለማይገኙ፣ ቃለ እግዚአብሔር እነዚህን ነገሮች አልኰነነም ወይም በእነዚህ ነገሮች ላይ የሥነ ምግባር ትምህርት የለውም ማለት በፍጹም አይቻልም። ክርስቲያን ነኝ የሚል ማንኛውም ሰው ወይም በየትኛውም "ቤተ ክርስቲያን" ጥላ ሥር የተጠለለ ሰው፣ እነዚህ ነገሮች በቃለ እግዚአብሔር የተኰነኑ ናቸው የሚል አቋም አለው—ቢያንስ በአብዛኛው። በአጠቃላይ "ሥላሴ" የሚለው ስያሜ የነገረ መለኮት ቃል እንጂ፣ የእግዚአብሔር የተጸውኦ ስም አይደለም። ስለዚህ መጽሐፍ ቅዱስ ውስጥ ካልተገኘ ፈጽሞ አልቀበለውም ማለት የቋንቋን አካሄድ እንዲሁም የነገረ መለኮትን ሙያዊ ቃላት በትክክል መረዳት ያለመቻል ነው።

ከላይ የጠቀስናቸውን ቃላት ጨምሮ ትምህርተ ክርስቶስ፣ መጽሐፍ ቅዱስ፣ ነገረ ፍጻሜ፣ አምላከ ገዝ (theocracy) ወዘተ የሚሉት ቃላት መጽሐፍ ቅዱስ ውስጥ እንደማይገኙ ሁሉ፣ "ሥላሴ" የሚለውም ቃል በመጽሐፍ ቅዱስ ውስጥ አይገኝም። እነዚህ ቃላት መጽሐፍ ቅዱስ ውስጥ ተጽፈው አይገኙም ማለት ደግሞ፣ እነዚህ ቃላት የወከሏቸው ትምህርቶች ወይም ሐሳቦች በመጽሐፍ ቅዱስ ውስጥ አይገኙም ማለት አይደለም። በቃለ እግዚአብሔር ተፈትሸው እስካልወደቁ ድረስ። አንድ ሰው እነዚህን ሙያዊ ቃላት አለመቀበል ይችላል፤ ሙያዊ ቃላቱን እስካልተቀበልሁ ድረስ ቃላቱ የወከሏቸውን ትምህርቶች አልቀበልም ማለት ግን ስሕተት ነው። አንድ ሰው

ሥላሴ የሚለው ቃል አይስማማኝም ቢል ያለመጠቀም ሙሉ መብት አለው (አብ፣ ወልድ መንፈስ ቅዱስ የሚለውን ቃል ብቻ መጠቀም ይችላል)። ነገር ግን ሥላሴ የሚለው የነገረ መለኮት ቃል የወከለውን ትምህርት ክዶ ክርስቲያን ነኝ ማለት አይችልም። ምክንያቱም ይህ አስተሳሰብ በቅዱሳት መጻሕፍት አለመደገፉ ብቻ ሳይሆን፣ መጽሐፍ ቅዱስ በግልጽ የሚቃወመው ትምህርት ነው።

ቋንቋዊ ፍቺ

ሥላሴ የሚለው ቃል የነገረ መለኮት ቃል እንደ መሆኑ መጠን፣ ቃሉ በአብዛኛው መጤን ያለበት ከቋንቋ አኳያ ሳይሆን ከነገረ መለኮት አኳያ ነው። በተለይ የሥላሴ አማንያን ቃሉን እንዴት ይመለከቱታል የሚለው ጉዳይ መሠረታዊ ይሆናል። ይህ እንዳለ ሆኖ የቋንቋ ምሁራንስ ቃሉን እንዴት ተረድተውት ነበር የሚለውን ጉዳይ መመልከት ቢያንስ ቃሉ መፈታት ያለበት በነገረ መለኮት ትርጉሙ ነው የሚለውን አቋም ያጸናልናል።

ስመ ጥር የሆኑት የአማርኛ መዝገበ "ቃላት" ሥላሴ የሚለውን ቃል በሚከተለው መልኩ ይፈቱታል:—

ሥላሴ፤ እግዚአብሔር በአካል፣ በስም፣ በግብር፣ የሦስትነቱ መገለጫ ስም[111]።

ሥሉስ፤ በአካሉ ሦስት የሆነ አምላክ[112]።

---

[111] *አማርኛ መዝገበ ቃላት፤* የኢትዮጵያ ቋንቋዎች ጥናትና ምርምር ማዕከል: አርቲስቲክ ማተሚያ ቤት፤ 1993፤ አዲስ አበባ። ገጽ 106።

[112] ደስታ ተክለ ወልድ፤ *ዐዲስ አማርኛ መዝገበ ቃላት፤* አርቲስቲክ ማተሚያ ቤት፤ 1962፤ አዲስ አበባ። ገጽ 886።

ሠለሰ፣ ሥላሴ የሚባሉ አብን፣ ወልድን፣ መንፈስ ቅዱስን በሦስት አካል ከፍሎ በመለኮት፣ በባሕርይ፣ በመንግሥት፣ በፈቃድ አንድ አድርጎ አዋሐደ። ሦስት አካላትን አመነ[113]።

ሥሉስ ቅዱስ፣ በሦስትነት ያለ ቅዱስ አካላት የማይለያይ ባሕርየ ሥላሴ። ቅዱሳን ባሕርያት አካላት አብ፣ ወልድ፣ መንፈስ ቅዱስ[114]።

በአማርኛ ቋንቋ ሊቃውንት ዘንድ መልካም ስም ያላቸው እነዚህ መዝገበ ቃላት፣ ሥላሴ የሚለውን ቃል የፈቱት፣ ቃሉ በነገረ መለኮት ካለው አጠቃቀም ጋር በተጣጣመ መንገድ እንደ ሆነ እንመለከታለን። ነገረ መለኮታዊ አጠቃቀሙን በተመለከተ ትምህርተ ሥላሴና ሥነ አመክንዮ የሚለውን ክፍል ይመለከቷል።

---

[113] ተሰማ ግጸው፣ *ከሣቴ ብርሃን የዐማርኛ በዝገበ ቃላት*፣ አርቲስቲክ ማተሚያ ቤት፣ 1962፣ አዲስ አበባ። ገጽ 175።

[114] ዝኒ ከማሁ።

አባሪ 4

እነማን ለኢየሱስ ክርስቶስ ሰገዱ?

እነማን ለኢየሱስ ሰገዱ?	የመጽሐፍ ቅዱስ ማስረጃ
መላእክት	ዕብራውያን 1÷6
ደቀ መዛሙርት	ማቴዎስ 14÷33፤ ማቴዎስ 28÷9፤ ማቴዎስ 28÷17፤ ሉቃስ 24÷52
ሰብአ ሰገል	ማቴዎስ 2÷2፤ ማቴዎስ 2÷11
ለምጻሙ ሰው	ማቴዎስ 8÷2
የሮማው መኰንን	ማቴዎስ 9÷17-18
ከነናዊቷ ሴት	ማቴዎስ 15÷25
የዘብዴዎስ ልጆች እናት ከነልጆችዋ	ማቴዎስ 20÷20
ዐይነ ስውሩ ሰው	ዮሐንስ 9÷38

እግዚአብሔር አምላክ እርሱን ብቻ እንድናመልከው ትእዛዝ ሰጥቶናል (ዘዳግም 6÷13)። ኢየሱስም ይህን እውነት ስለሚያውቀው ነው በሰይጣን በተፈተነ ጊዜ ይህን ክፍል ለሰይጣን የጠቀሰለት (ማቴዎስ 4÷10)። እውነቱ ይህ ከሆነ እነዚህ ሰዎችም ሆኑ መላእክት ለኢየሱስ በሚሰግዱለት ጊዜ፣ ይህንንስ አታድርጉ ሲል ያልገሠጻቸው ለምንድን ነው? እንዲያውም አብ ራሱ መላእክቱ ለኢየሱስ

እንዲሰግዱ ሲያዛቸው እንመለከታለን (ዕብራውያን 1÷6)። ይህም ኢየሱስ ከአብ ጋር ትክክል ዕሪና (ቦታ) ያለው መሆኑን ያስረዳል።

አብና ወልድ በሃያ አራቱ ሽማግሌዎች እኩል ስግደት ሲቀርብላቸው ከራእየ ዮሐንስ እናነባለን (ራእይ 4÷11)። ኢየሱስ ክርስቶስ "ኀይልና ባለ ጠግነት፣ ጥበብም፣ ብርታትም ክብርም፣ ምስጋናም፣ በረከትም ሊቀበል ይገባዋል" (ራእይ 5÷12)። በሰማይም ሆነ በምድር የሚገኙ ፍጥረታት ሁሉ፣ ይህን መሰሉን ምስጋናና አምልኮ ለአብ እንደሚያቀርቡ ሁሉ ለወልድም ያቀርባሉ (ራእይ 5÷13-14)።

ከላይ በአስረጅነት በቀረቡት የመጽሐፍ ቅዱስ ክፍሎች በሙሉ "ስግደት" ለሚለው ቃል የተጠቀሙት "ፕርስኩኖ" የሚለውን የግሪክ ቃል መሆኑን ልብ ልንል ይገባል።

የመጽሐፍ ቅዱስ ማጣቀሻ

"ሰብአ ሰገል:— የተወለደው የአሁድ ንጉሥ ወዴት ነው? ኮከቡን በምሥራቅ አይተን ልንሰግድለት መጥተናልና እያሉ ከምሥራቅ ወደ ኢየሩሳሌም መጡ" (ማቴዎስ 2÷2)።

"ወደ ቤትም ገብተው ሕፃኑን ከእናቱ ከማርያም ጋር አዩት፤ ወድቀውም ሰገዱለት፤ ሣጥኖቻቸውንም ከፍተው እጅ መንሻ ወርቅና ዕጣን፣ ከርቤም አቀረቡለት" (ማቴዎስ 2÷11)።

"እነሆም ለምጻም ቀርቦ:— ጌታ ሆይ ብትወድስ ልታነጻኝ ትችላለህ እያለ ሰገደለት" (ማቴዎስ 8÷2)።

"ይህንም ሲነግራቸው አንድ መኰንን መጥቶ:- ልጄ አሁን ሞተች ነገር ግን መጥተህ እጅህን ጫንባት በሕይወትም ትኖራለች እያለ ሰገደለት" (ማቴዎስ 9÷18)።

"በታንኳይቱም የነበሩት:- በእውነት የእግዚአብሔር ልጅ ነህ ብለው ሰገዱለት" (ማቴዎስ 14÷33)።

"እርስዋ ግን መጥታ:- ጌታ ሆይ እርዳኝ እያለች ሰገደችለት" (ማቴዎስ 15÷25)።

"በዚያን ጊዜ የዘብዴዎስ ልጆች እናት ከልጆችዋ ጋር እየሰገደችና አንድ ነገር እየለመነች ወደ እርሱ ቀረበች" (ማቴዎስ 20÷20)።

"እነሆም ኢየሱስ አገኛቸውና:— ደስ ይበላችሁ አላቸው:: እነርሱም ቀርበው እግሩን ይዘው ሰገዱለት" (ማቴዎስ 28÷9)::

"ባዩትም ጊዜ ሰገዱለት፤ የተጠራጠሩ ግን ነበሩ" (ማቴዎስ 28÷17)::

"እነርሱም ሰገዱለትና በብዙ ደስታ ወደ ኢየሩሳሌም ተመለሱ" (ሉቃስ 24÷52)::

"እርሱም:— ጌታ ሆይ አምናለሁ አለ፤ ሰገደለትም" (ዮሐንስ 9÷38)::

"ዐጕል ትሕትናንና የመላእክትን አምልኮ የሚወድ ማንም ሰው እንዳያደናቅፋችሁ ተጠንቀቁ:: እንደዚህ ያለ ሰው ስላየው ራእይ ከመጠን በላይ ራሱን እየካበ በሥጋዊ አእምሮው ከንቱ ሐሳብ ተሞልቶ ይታበያል" (ቈላስይስ 2÷18 አዲሱ መደበኛ ትርጕም)::

"ደግሞም በኵርን ወደ ዓለም ሲያገባ:— የእግዚአብሔር መላእክት ሁሉም ለእርሱ ይስገዱ" (ዕብራውያን 1÷6)::

"የዘላለም ወንጌል ያለው ሌላ መልአክ ከሰማይ መካከል ሲበር አየሁ፤ በታላቅ ድምፅም:- የፍርዱ ሰዓት ደርሶአልና እግዚአብሔርን ፍሩ ክብርንም ስጡት፤ ሰማይንና ምድርንም ባሕርንም የውሃንም ምንጮች ለሠራው ስገዱለት አለ" (ራእይ 14÷7)::

4÷9 "እንስሶቹም በዙፋን ላይ ለተቀመጠው ከዘላለምም እስከ ዘላለም በሕይወት ለሚኖረው ለእርሱ ክብርና ውዳሴ ምስጋናም በሰጡት ጊዜ፣

4÷10[115] ሃያ አራቱ ሽማግሌዎች በዙፋን ላይ በተቀመጠው ፊት ወድቀው፣ ከዘላለም እስከ ዘላለም በሕይወት ለሚኖረው እየሰገዱ:—

4÷11 ጌታችንና አምላካችን ሆይ አንተ ሁሉን ፈጥረሃልና፤ ስለ ፈቃድህም ሆነዋልና፤ ተፈጥረውማልና፤ ክብር ውዳሴ ኀይልም ልትቀበል ይገባሃል፤ እያሉ በዙፋኑ ፊት አክሊላቸውን ያኖራሉ" (ራእይ 4÷9-11)::

---

[115] ግእዙ ዕሥራ ወአርባእቱ ካህናተ ሰማይ ይላቸዋል::

5÷11 "አየሁም በዙፋኑም፣ በእንስሶቹም በሽማግሌዎቹም ዙሪያ የብዙ መላእክትን ድምፅ ሰማሁ ቍጥራቸውም አእላፋት ጊዜ አእላፋትና ሺህ ጊዜ ሺህ ነበረ፤

5÷12 በታላቅም ድምፅ:— የታረደው በግ ኀይልና ባለጠግነት ጥበብም ብርታትም ክብርም ምስጋናም በረከትም ሊቀበል ይገባዋል አሉ።

5÷13 በሰማይና በምድርም ከምድርም በታች በባሕርም ላይ ያለ ፍጥረት ሁሉ በእርሱም ውስጥ ያለ ሁሉ:- በረከትና ክብር ምስጋናም ኀይልም ከዘላለም እስከ ዘላለም በዙፋኑ ላይ ለተቀመጠው ለበጉም ይሁን ሲሉ ሰማሁ።

5÷14 አራቱም እንስሶች[116]:— አሜን አሉ፤ ሽማግሌዎቹም ወድቀው ሰገዱ" (ራእይ 5÷11-14)።

---

[116] ግእዙ አርባእቱ እንስሳ ይላቸዋል።

አባሪ 5

ኢየሱስ ክርስቶስ አምላክ ነው!

አምላካዊ ባሕርያት	እግዚአብሔር አብ	እግዚአብሔር ወልድ (ኢየሱስ ክርስቶስ)
ሁሉን መቻል (ከሃሌ ኩሉ)	1ዜና 29÷11 (ያህዌ)	ፊልጵስዩስ 3÷20-21
ሁሉን ማወቅ	1ዮሐንስ 3÷20	ቈላስይስ 2÷2-3
በሁሉ ቦታ መገኘት (ከሳቴ ኩሉ)	ምሳሌ 15÷3 (ያህዌ)	2ቆሮንቶስ 2÷14
የሰንበት ጌታ	ዘፍጥረት 2÷3	ማቴዎስ 12÷8
እኔ ነኝ	ዘፀአት 3÷14 (ያህዌ)	ዮሐንስ 8÷58
ፈጣሪ (ገባሬ ኩሉ)	ኢሳይያስ 44÷24 (ያህዌ)	ዮሐንስ 1÷3
አዳኝ	ኢሳይያስ 43÷11፤ 45÷21 (ያህዌ)	ሐዋርያት ሥራ 4÷12
በሕያዋንና በሙታን መፍረድ	ኢሳይያስ 3÷13, 14 (ያህዌ)	2ቆሮንቶስ 5÷10
በበጎችና በፍየሎች ላይ መፍረድ	ሕዝቅኤል 34÷17 (ያህዌ)	ማቴዎስ 25÷31-33
ነቢያትን መላክ	ኤርምያስ 7÷25 (ያህዌ)	ማቴዎስ 23÷34
ኢየሱስ ክርስቶስን ከሙታን ማስነሣት	ሐዋርያት ሥራ 4:10 (ያህዌ)	ዮሐንስ 10:17-18
በክብር መምጣት	ኢሳይያስ 40÷5 (ያህዌ)	ማቴዎስ 24÷30
አባትነት	ኢሳይያስ 63÷16 (ያህዌ)	ኢሳይያስ 9÷6
አልፋና ዖሜጋ (የመጀመሪያውና የመጨረሻው)	ኢሳይያስ 44÷6 (ያህዌ)	ራእይ 1÷17

አምላካዊ ባሕርያት	እግዚአብሔር አብ	እግዚአብሔር ወልድ (ኢየሱስ ክርስቶስ)
የድነት ዐለት	2ሳሙኤል 22÷32 (ያህዌ)	1ቆሮንቶስ 10÷4
የመሰናከያ ዐለት	ኢሳይያስ 8÷13-15 (ያህዌ)	1ጴጥሮስ 2÷8
መንገድ እንዲዘጋጅለት የተነገረለት	ኢሳይያስ 40÷3 (ያህዌ)	ማቴዎስ 3÷3
ዘላለማዊ	ዘፍጥረት 21÷33 (ያህዌ)	ሚክያስ 5÷2
የሕይወት ውሃ ምንጭ	ኤርምያስ 17÷13 (ያህዌ)	ዮሐንስ 4÷10-14
ሙታንን ማስነሣት	ሐዋርያት ሥራ 26÷8	ዮሐንስ 6÷40
ለሰው ልጆች የሥራቸውን መክፈል	ኢሳይያስ 40÷10 (ያህዌ)	ማቴዎስ 16÷27
የፍጹም ክብርና የፍጹም ኀይል ባለቤት	1ዜና 29÷11 (ያህዌ)	ማቴዎስ 28÷18
ለሰው ልጆች ክብርና ኀይል መስጠት	መዝሙር 68÷35	ሉቃስ 9÷1
ኀጢአትን ይቅር ማለት	2ዜና 7÷14 (ያህዌ)	ማቴዎስ 9÷6
መንፈስ ቅዱስን መላክ	ዮሐንስ 14÷16	ዮሐንስ 16÷7
ከስም ሁሉ በላይ ስም ያለው	ነህምያ 9÷5 (ያህዌ)	ፊልጵስዩስ 2÷9
ስግደት የሚገባው	ዘፀአት 34÷14 (ያህዌ)	ራእይ 5÷12-13
መልካም እረኛ	ዘፍጥረት 48÷15	ዮሐንስ 10÷14
የጠፉትን የእስራኤል ልጆች የሚፈልግ	ሕዝቅኤል 34÷11 (ያህዌ)	ማቴዎስ 15÷24
የጌቶች ጌታ	ዘዳግም 10÷17 (ያህዌ)	ራእይ 17÷14
ጕልበት ሁሉ የሚንበረከክለት	ኢሳይያስ 45÷22-23 (ያህዌ)	ፊልጵስዩስ 2÷10
የዳዊት ሥር	ኤርምያስ 23÷5-6 (ያህዌ)	ኤርምያስ 33÷15
ብቻውን ቅዱስ የሆነ	1ሳሙኤል 2÷2 (ያህዌ)	ሐዋርያት ሥራ 3÷14

አምላካዊ ባሕርያት	እግዚአብሔር አብ	እግዚአብሔር ወልድ (ኢየሱስ ክርስቶስ)
በደሙ ከኀጢአታችን ያነጻን	ሐዋርያት ሥራ 20÷28	1ዮሐንስ 1÷7
ዓለማትን ገንዘቡ ያደረገ	ምሳሌ 16÷4 (ያህዌ)	ቈላስይስ 1÷16
ከሁሉ በላይ የሆነ	ነህምያ 9÷6 (ያህዌ)	ሮሜ 9÷5
የማይለወጥ	መዝሙር 102÷24-27	ዕብራውያን 1÷8-12
የሰው ልጆች ብርሃን	መዝሙር 27÷1 (ያህዌ)	ዮሐንስ 8÷12
መንገድ	መዝሙር 16÷11(ያህዌ)	ዮሐንስ 14÷6
መላእክትን ገንዘቡ ያደረገ	መዝሙር 103÷20 (ያህዌ)	2ተሰሎንቄ 1÷7
ለሰው ልጆች ዕረፍትን የሚሰጥ	ዘፀአት 33÷14 (ያህዌ)	ማቴዎስ 11÷28
የዘላለምን ሕይወት የሚሰጥ	ምሳሌ 19÷23 (ያህዌ)	ዮሐንስ 3÷36
ሙሽራ	ኢሳይያስ 54÷5 (ያህዌ)	2ቆሮንቶስ 11:2
ልብንና ኵላሊትን የሚመረምር	ኤርምያስ 17÷10 (ያህዌ)	ራእይ 2÷23

አባሪ 6

የኢየሱስ ክርስቶስ አምላክነት ከዕብራውያን ምዕራፍ 1

ዕብራውያን ምዕራፍ 1	ሌሎች የመጽሐፍ ቅዱስ ክፍሎች
1. እግዚአብሔር አብ እንደሚናገረው ይናገራል (ቍጥር 1-2)።	ዮሐንስ 1፥1:14፤ 8፥43-47
2. የእግዚአብሔር አብ የሆነው ሁሉ የእርሱም ነው (ቍጥር 2)።	ማቴዎስ 11፥27፤ ቈላስይስ 1፥16
3. እግዚአብሔር አብ የሆነውን ሁሉ እርሱም ነው (ቍጥር 3)።	ዮሐንስ 1፥1፤ 14፥9፤ ቈላስይስ 1፥15
4. እግዚአብሔር አብ የሚሠራውን ሥራ ሁሉ እርሱም ይሠራል (ቍጥር 3)።	ዮሐንስ 5፥19፤ ቈላስይስ 1፥17
5. እግዚአብሔር አብ ያለው ክብር ሁሉ እርሱም አለው (ቍጥር 6)።	ማቴዎስ 28፥17፤ ዮሐንስ 5፥23
6. ለእግዚአብሔር አብ ያለው ማዕረግ ሁሉ ለእርሱም አለው (ቍጥር 8:10)።	ኢሳይያስ 9፥6፤ ዮሐንስ 1፥1፤ 20፥28፤ ሮሜ 10፥9-13፤ ፊልጵስዩስ 2፥9-11፤ ቲቶ 2፥3-14፤ 2 ጴጥሮስ 1፥1:11
7. እግዚአብሔር አብ ገዢ እንደሆነ ሁሉ እርሱም ገዢ ነው (ቍጥር 8-9)።	ሉቃስ 1፥33፤ ኤፌሶን 1፥21
8. እግዚአብሔር አብ የሠራቸውን ሥራዎች ሁሉ እርሱም ሠርቶአል (ቍጥር 10)።	መዝሙር 102፥25-27፤ ኢሳይያስ 44፥24፤ ዮሐንስ 1፥3፤ ቈላስይስ 1፥16
9. እግዚአብሔር አብ መመኪያ የሆነውን ያህል እርሱም መመኪያ ነው (ቍጥር 11-12)።	ዮሐንስ 14፥1፤ ዕብራውያን 13፥8
10. እግዚአብሔር አብ ከፍ ያለውን ያህል እርሱም ከፍ ብሏል (ቍጥር 13)።	ማቴዎስ 28፥18፤ ኤፌሶን 1፥20-22፤ ፊልጵስዩስ 2፥9-11

ዋቢ መጻሕፍት

በዚህ የዋቢ መጻሕፍት ዝርዝር ውስጥ ያካተትኋቸው መጻሕፍት፣ አብዛኛው ሕዝብ በቀላሉ አንብቦ ይረዳቸዋል፣ በአንጻሩ እጅግ ጠቃሚ ናቸው ያልኳቸውን መጻሕፍት ነው:: በሁሉም ርእሰ ጉዳይ ላይ ሁሉም ጸሓፍት አንድ ዐይነት አቋም ያላቸው ስላልሆኑ፣ ጥንቁቅ አንባቢ መሆን አዋጪ ነው::

Athanasius. *On the Incarnation of the Word* (ca. 327).

Augustine, Saint. *The Trinity* (420).

Barker, Margaret. *The Great Angel: A Study of Israel's Second God*. Louisville, KY: Westminster/John Knox Press, 1992.

Barth, Karl. *Church Dogmatics*, I/1, trans. Geoffrey W. Bromiley, 295-489. Edinburgh: T. & T. Clark, 1975.

Bauckham, Richard. *Jesus and the God of Israel: God Crucified and Other Studies on the New Testament's Christology of Divine Identity*. Grand Rapids: Eerdmans, 2008.

Bowman, Robert M. Jr., and J. Ed Komoszewski. *Putting Jesus in His Place: The Case for the Deity of Christ*. Grand Rapids: Kregel, 2007.

Boyd, Gregory A. *Oneness Pentecostals and the Trinity*. Grand Rapids: Baker, 1992.

Bray, Gerald H. *Creeds, Councils and Christ: The Continuity between Scripture & Orthodoxy in the First Five Centuries*. Downers Grove, IL: InterVarsity Press, 1984.

Buzzard, Anthony F., and Charles F. Hunting. *The Doctrine of the Trinity: Christianity's SelfInflicted Wound*. Lanham, MD: International Scholars Publications, 1998.

Dunn, James D. G. *Did the First Christians Worship Jesus? The New Testament Evidence*. Louisville, KY: Westminster John Knox Press, 2010.

Emery, Gilles, and Matthew Levering, eds. *The Oxford Handbook of the Trinity*. Oxford: Oxford University Press, 2011.

Erickson, Millard J. *Who's Tampering with the Trinity? An Assessment of the Subordination Debate*. Grand Rapids: Kregel, 2009.

Fairbairn, Donald. *Life in the Trinity: An Introduction to Theology with the Help of the Church Fathers*. Downers Grove, IL: IVP Academic, 2009.

Fee, Gordon D. *God's Empowering Presence: The Holy Spirit in the Letters of Paul*. Peabody, MA: Hendrickson, 1994.

Giles, Kevin. *The Eternal Generation of the Son: Maintaining Orthodoxy in Trinitarian Theology*. Downers Grove, IL: IVP Academic, 2012.

Hanson, R. P. C. *The Search for the Christian Doctrine of God: The Arian Controversy, 318381*. Grand Rapids: Baker, 2005.

Harris, Murray J. *Jesus as God: The New Testament Use of* Theos *in Reference to Jesus*. Grand Rapids: Baker, 1992.

Holmes, Stephen R. *The Quest for the Trinity: The Doctrine of God in Scripture, History, and Modernity*. Downers Grove, IL: IVP Academic, 2012.

Hurtado, Larry W. *Lord Jesus Christ: Devotion to Jesus in Earliest Christianity*. Grand Rapids: Eerdmans, 2003.

Jowers, Dennis W., and H. Wayne House. *The New Evangelical Subordinationism? Perspectives on the Equality of God the Father and God the Son*. Eugene, OR: Pickwick Publications, 2012.

Köstenberger, Andreas J., and Scott R. Swain. *Father, Son and Spirit: The Trinity and John's Gospel*. New Studies in Biblical Theology. D. A. Carson, series ed. Downers Grove, IL: InterVarsity, 2008.

Letham, Robert. *The Holy Trinity: In Scripture, History, Theology, and Worship*. Phillipsburg, NJ: P&R, 2004.

Lewis, C. S. *Beyond Personality: The Christian Idea of God*. New York: Macmillan, 1945.

McCall, Thomas H. *Which Trinity? Whose Monotheism? Philosophical and Systematic Theologians on the Metaphysics of Trinitarian Theology*. Grand Rapids: Eerdmans, 2010.

McGrath, James F. *The Only True God: Early Christian Monotheism in Its Jewish Context*. Urbana: University of Illinois, 2009.

Millet, Robert L. *A Different Jesus? The Christ of the Latter-day Saints*. Grand Rapids: Eerdmans, 2005.

Moltmann, Jürgen. *The Trinity and the Kingdom: The Doctrine of God*. Trans. Margaret Kohl. San Francisco: Harper & Row, 1981.

Morey, Robert A. *The Trinity: Evidence and Issues*. Grand Rapids: World Publishing, 1996.

Rahner, Karl. *The Trinity*, trans. Joseph Donceel. New York: Seabury Press, 1974.

Rubenstein, Richard E. *When Jesus Became God: The Struggle to Define Christianity during the Last Days of Rome*. New York: Harcourt Brace, 1999.

Sanders, Fred, and Klaus Issler, eds. *Jesus in Trinitarian Perspective: An Introductory Christology*. Foreword by Gerald Bray. Nashville, TN: B & H Academic, 2007.

Schaff, Philip. *The Creeds of Christendom*. 3 Vols. Rev. ed. Grand Rapids: Baker, 1984.

Segraves, Daniel L. *God in Flesh*. Expanded ed. Hazelwood, MO: Pentecostal Publishing, 2001, 2009.

Ware, Bruce A. *Father, Son, & Holy Spirit: Relationships, Roles, & Relevance*. Wheaton, IL: Crossway Books, 2005.

Webb, Stephen H. *Jesus Christ, Eternal God: Heavenly Flesh and the Metaphysics of Matter*. New York: Oxford University Press, 2012.

White, James R. *The Forgotten Trinity: Recovering the Heart of Christian Belief*. Minneapolis: Bethany House, 1998.

148

በጸሐፊው የተዘጋጁ ሌሎች
መጻሕፍትን ያንብቡ

The Evangelical Society For Apologetics
271 Village Drive
Loganville, GA. 49301
USA
Email: tesfaye.robele@gmail.com
Phone number: +1616-617-4746

❑ "...በሥጋ ትንሣኤ አምናለሁ..."
  የአስተምህሮተ ትንሣኤ መጽሐፍ ቅዱሳዊ፣
ታሪካዊና ፍልስፍናዊ ትንታኔ

❑ ሰባልዮሳውያን
  "የሐዋርያት ቤተ ክርስቲያን" አስተምህሮ በቃል
እግዚአብሔር ሲመዘን

❑ አርዮሳውያን
  "የይሖዋ ምስክሮች" አስተምህሮ በቃለ
እግዚአብሔር ሲመዘን

❑ የሥነ ምግባር መርሐ

"... the Scripture cannot be broken" John 10:35

TESFAYE ROBELE

PHILOSOPHICAL AND APOLOGETIC WORK SINCE 1997

"... መጽሐፉ ሊሻር አይቻልምና" ዮሐ 10፥35

የጸሐፊውን ሥራ የበለጠ ለማንበብ የሚከተለውን ድረ ገጽ ይመልከቱ:—

WWW.TESFAYEROBELE.COM

እንዲሁም የጸሐፊው ትምህርት በዚኖ ሬዴዮ ሃያ አራት ሰዓት ሰለሚተላለፍ፤ በማንኛውም ጊዜ የሚከተለውን ቁጥር በመደወል ትምህርቱን መከታተል ይችላሉ:—

+1(605)477-4744